ഇസ്ലാമിന്റെ പ്രസക്തി
നമ്മുടെ കാലഘട്ടത്തിൽ

islaminte prasakthi nammude kalakhattathil

•

original title
relevance of islam to our age

•

asgar ali engineer

•

translation
k c vargeese

•

first chintha edition
june 2013

•

typesetting & published
chintha publishers, thiruvananthapuram

•

printed
anaswara offset pvt ltd

•

cover
vinod

•

price
rupees one hundred and five only

വിതരണം

ദേശാഭിമാനി ബുക്ക് ഹൗസ്

H O തിരുവനന്തപുരം-695 035
www.chinthapublishers.com
chinthapublishers@gmail.com

ബ്രാഞ്ചുകൾ

ഹെഡ്ഡാഫീസ് ബ്രാഞ്ച് കുന്നുകുഴി • ഓവർബ്രിഡ്ജ് തിരുവനന്തപുരം • കെ എസ് ആർ ടി സി ബസ് സ്റ്റേഷൻ ആലപ്പുഴ • കെ എസ് ആർ ടി സി ബസ് സ്റ്റേഷൻ എറണാകുളം • മച്ചിങ്ങൽ ലെയ്ൻ തൃശൂർ • ഐ ജി റോഡ് കോഴിക്കോട് • മാവൂർ റോഡ് കോഴിക്കോട് • എൻ ജി ഒ യൂണിയൻ ബിൽഡിങ് കണ്ണൂർ • സെൻട്രൽ ബസ് ടെർമിനൽ കോംപ്ലക്സ് താവക്കര കണ്ണൂർ

CO - 1918 / 3268

ഇസ്ലാമിന്റെ പ്രസക്തി
നമ്മുടെ കാലഘട്ടത്തിൽ

അസ്ഗർ അലി എഞ്ചിനീയർ

പരിഭാഷ:

കെ സി വർഗീസ്

ചിന്ത പബ്ലിഷേഴ്സ്
തിരുവനന്തപുരം-695 035
വില : ` 105

അസ്ഗർ അലി എഞ്ചിനീയർ

പ്രശസ്ത ചരിത്രകാരനും ഇസ്ലാമിക പണ്ഡിതനും സാമൂഹിക പരിഷ്കർത്താവും.

1939 മാർച്ച് 10 ന് രാജസ്ഥാനിലെ സലുമ്പാറിൽ ജനിച്ചു. പിതാവ്: ബോറവിഭാഗത്തിലെ പുരോഹിതനായ ഷയ്ഖ് ഖുർബാൻ ഹുസൈൻ. കുട്ടിക്കാലത്തുതന്നെ ഖുറാൻ വിവരണം, ആന്തരാർഥം എന്നിവ വ്യാഖ്യാനിക്കുന്നതിൽ പ്രാവീണ്യം നേടി. മധ്യപ്രദേശിലെ വിക്രംസർവകലാശാലയിൽനിന്ന് സിവിൽ എഞ്ചിനീയറിങ്ങിൽ ബിരുദം നേടിയതിനുശേഷം മുംബൈ നഗരസഭയിൽ എഞ്ചിനീയറായി പ്രവർത്തിച്ചു. പിന്നീട് 1972 ൽ സ്വയം വിരമിക്കുകയും സാമൂഹിക സാംസ്കാരിക പ്രവർത്തനങ്ങളിൽ മുഴുകുകയും ചെയ്തു. വർഗീയതയ്ക്കെതിരായി മതനിരപേക്ഷ മൂല്യങ്ങൾ ഉയർത്തിപ്പിടിച്ച എഴുത്തുകാരനും ആക്ടിവിസ്റ്റുമായിരുന്നു അസ്ഗർ അലി എഞ്ചിനീയർ. തന്റെ ആശയങ്ങൾ പ്രചരിപ്പിക്കുന്നതിനായി സെന്റർ ഫോർ സ്റ്റഡി ഓഫ് സൊസൈറ്റി ആന്റ് സെക്കുലറിസം, ഇൻസ്റ്റിറ്റ്യൂട്ട് ഓഫ് ഇസ്ലാമിക് സ്റ്റഡീസ് എന്നീ സ്ഥാപനങ്ങൾ അദ്ദേഹം സ്ഥാപിച്ചു. 52 പുസ്തകങ്ങൾ പ്രസിദ്ധീകരിച്ചു. ദേശീയ അന്തർദേശീയ പ്രസിദ്ധീകരണങ്ങളിൽ നിരവധി ലേഖനങ്ങൾ എഴുതിയിട്ടുണ്ട്. നാഷണൽ കമ്യൂണൽ അവാർഡ് അടക്കം നിരവധി ബഹുമതികൾ അദ്ദേഹത്തെ തേടിയെത്തി. 2013 മെയ് 14 ന് അന്തരിച്ചു.

കെ സി വർഗീസ്

ജനനവും (1950) ബാല്യവും കോട്ടയം ജില്ലയിലെ പാമ്പാടിയിൽ. ഇംഗ്ലീഷിലും മലയാളത്തിലും ബിരുദാനന്തര ബിരുദം. ബാംഗ്ലൂർ യു റ്റി സിയിൽനിന്നു തിയോളജിയിൽ ഉപരിപഠനം. ട്രഷറി ഡിപ്പാർട്ട്മെന്റിൽ 32 വർഷത്തെ സേവനം. കണ്ണൂർ ജില്ലയിലെ തളിപ്പറമ്പ് താലൂക്കിൽ കുടിയേറ്റകർഷകൻ. രണ്ട് നോവൽ, ആറു വിവർത്തനഗ്രന്ഥങ്ങൾ എന്നിവ പ്രസിദ്ധീകരിച്ചിട്ടുണ്ട്.

ഭാര്യ	:	മേരിക്കുട്ടി
മക്കൾ	:	പ്രിയ, പ്രഭാത്, പ്രീതി
വിലാസം	:	അർക്കാഡിയ, പി ഒ കരിമ്പം, തളിപ്പറമ്പ്, കണ്ണൂർ–67–142 ഫോൺ : 0460 2202660, 9446268581

ഉള്ളടക്കം

പരിഭാഷകന്റെ കുറിപ്പ്

ബോംബെയിലെ ഇൻസ്റ്റിറ്റ്യൂട്ട് ഓഫ് ഇസ്ലാമിക് സ്റ്റഡീസിന്റെ ഡയറക്ടറായ അസ്ഗർ അലി എഞ്ചിനീയർ ഗ്രന്ഥകാരനും ചിന്തകനുമെന്ന നിലയിൽ ലോകവ്യാപകമായി അറിയപ്പെടുന്ന ആദരണീയ വ്യക്തിയാണ്. ഇന്നത്തെ സാർവദേശീയ രാഷ്ട്രീയ സാഹചര്യങ്ങളിൽ മുസ്ലീം മതമൗലികവാദം ഉയർത്തുന്ന പ്രശ്നങ്ങൾ വിശദമായ വിശകലനത്തിനു വിധേയമാക്കേണ്ടതുണ്ട്. പാകിസ്ഥാൻ, സൗദി അറേബ്യ, സുഡാൻ തുടങ്ങിയ രാജ്യങ്ങളിൽ ഇസ്ലാമിക പുനരുത്ഥാനം നടന്നത് ഭരണകൂടത്തിന്റെ പ്രോത്സാഹനത്തോടെയാണ്. എന്നാൽ മറ്റു ചില രാജ്യങ്ങളിലാവട്ടെ ഭരണകൂടത്തിനെതിരായ ബഹുജനമുന്നേറ്റം എന്ന നിലയിൽ ആണ് അതുയർന്നത്. മുസ്ലീം ജനസാമാന്യത്തെ വൈകാരികമായി സംതൃപ്തരാക്കാൻ ഉതകുന്ന തരത്തിൽ പാകപ്പെടുത്തിയ മുദ്രാവാക്യങ്ങളുമായി ഒരുവശത്ത് ഭരണാധികാരം കയ്യാളുന്നവരും മറുവശത്ത് അതു ലക്ഷ്യമാക്കുന്നവരും മതമൗലികവാദത്തിന്റെ കാഹളം മുഴക്കുന്നു. സ്വാതന്ത്ര്യം, വിമോചനം തുടങ്ങിയ ഉദാത്തലക്ഷ്യങ്ങളെ സാക്ഷാൽക്കരിക്കാൻ മതദർശനങ്ങളെ ഉപയുക്തമാക്കണമെങ്കിൽ മതഗ്രന്ഥങ്ങളെയും അവയുടെ കർത്താക്കളെയും അവ രൂപപ്പെട്ട കാലഘട്ടത്തിന്റെ സവിശേഷതകളോടു ബന്ധപ്പെടുത്തി വസ്തുനിഷ്ഠമായ പഠനത്തിനു വിധേയമാക്കണമെന്ന് അസ്ഗർ അലി എഞ്ചിനീയർ ഈ ഗ്രന്ഥത്തിൽ സമർഥിക്കുന്നു. ഇസ്ലാമിക പ്രത്യയശാസ്ത്രത്തെ സാമൂഹ്യയാഥാർഥ്യങ്ങളോടും ബന്ധിപ്പിച്ചുകൊണ്ടുള്ള ഇത്തരം ഒരു പഠനം മലയാളത്തിൽ ആദ്യത്തേതായിരിക്കും. ഇതിന്റെ വിവർത്തനത്തിനും പ്രസിദ്ധീകരണത്തിനും അനുമതി തന്ന അഭിവന്ദ്യഗ്രന്ഥകാരനോടുള്ള നന്ദി ഇവിടെ രേഖപ്പെടുത്തട്ടെ.

പാശ്ചാത്യമാധ്യമങ്ങളുടെ മേധാവിത്വത്തിന് ലോകമാകെ അടി

യറവുപറഞ്ഞുകൊണ്ടിരിക്കുന്ന നമ്മുടെ കാലത്ത് ഏറെ ചർച്ചചെയ്യപ്പെട്ടുകൊണ്ടിരിക്കുന്ന ഒരു വിഷയമാണ് ഇസ്ലാം. ഈ വിഷയത്തിന് ഇന്ന് മതപരമെന്നതിനേക്കാൾ അധികം രാഷ്ട്രീയ വിവക്ഷകളാണ് ഉള്ളത്. ഒരു കാലത്ത് കമ്യൂണിസ്റ്റ് പ്രത്യയശാസ്ത്രമായിരുന്നു പാശ്ചാത്യസംസ്കാരത്തിന്റെ കണ്ണിലെ കരട് എങ്കിൽ ഇന്ന് ഇസ്ലാമാണ് അവരെ അലോസരപ്പെടുത്തുന്നത്. പാശ്ചാത്യമൂല്യങ്ങളും ഇസ്ലാമിക് ലോകവും എന്നൊരു ധ്രുവീകരണംതന്നെ ഇന്ന് നടപ്പിലായിട്ടുണ്ട്. ഒരു നാലാം ലോകയുദ്ധം എന്നെങ്കിലും നടന്നാൽ അതേറക്കുറെ ഈ രണ്ട് വിപരീതശക്തികൾ തമ്മിലായിരിക്കുമെന്ന് പ്രവചിക്കുന്ന ഗ്രന്ഥകാരന്മാരും ഉണ്ട്.

കേരളത്തിലും ഇസ്ലാം ഏറെ തെറ്റിദ്ധരിക്കപ്പെട്ടിട്ടുണ്ട്. ഇസ്ലാമും മാർക്സിസവും തമ്മിൽ സാമ്രാജ്യത്വവിരുദ്ധപ്പോരാട്ടത്തിൽ ഏതറ്റംവരെ ഒരുമിച്ചുമുന്നേറാൻ കഴിയും എന്നതിനെക്കുറിച്ച് ഗൗരവമായ ആലോചനകൾ നടക്കേണ്ടതുണ്ട്. മാർക്സിസവുമായി സഹകരിക്കുന്ന അളവിൽ പോലും മുതലാളിത്തവുമായി യഥാർഥ ഇസ്ലാമിന് സഹകരിക്കാൻ ആവുകയില്ല എന്ന കാര്യത്തിൽ ഏറക്കുറെ എല്ലാ മുസ്ലീം പണ്ഡിതന്മാരും ഏകാഭിപ്രായക്കാരാണ്. മാർക്സിസത്തിന്റെ അടിസ്ഥാനത്തിൽ ഇസ്ലാമുമായും ഇസ്ലാമിന്റെ അടിസ്ഥാനത്തിൽ മാർക്സിസവുമായും ഉള്ള ബുദ്ധിപരമായ സംവാദത്തിന് ദീർഘകാലമായി നേതൃത്വം കൊടുക്കുന്ന ഒരു ഇസ്ലാമിക് വിമോചന ദൈവശാസ്ത്രകാരനാണ് മൂലഗ്രന്ഥത്തിന്റെ കർത്താവായ ശ്രീ. അസ്ഗർ അലി എഞ്ചിനീയർ. ഈ പുസ്തകത്തിന്റെ മലയാളവിവർത്തനം കേരളത്തിലെ മുസ്ലീം മാർക്സിസ്റ്റ് സംവാദത്തിന് തീർച്ചയായും ഒരു മുതൽക്കൂട്ടായിരിക്കും.

കെ സി വർഗീസ്

ആമുഖം

മുസ്ലീം മതമൗലികവാദത്തിന്റെ അടിവേരുകൾ

ഇസ്ലാമിന്റെ പ്രസക്തി ഈ കാലഘട്ടത്തിൽ എന്ന എന്റെ ഇംഗ്ലീഷ് പുസ്തകം മലയാളഭാഷയിലേക്ക് വിവർത്തനം ചെയ്തു പ്രസിദ്ധീകരിക്കുന്നു എന്നറിഞ്ഞതിൽ ഞാനതിയായി സന്തോഷിക്കുന്നു. സർഗാത്മക സാഹിത്യത്തിൽ മാത്രമല്ല, മതപരവും സാംസ്കാരികവുമായ രംഗങ്ങളിലും സമ്പന്നമായ ഒരു പൈതൃകത്തിന്റെ ഉടമയാണല്ലോ മലയാളഭാഷ. മലയാളവായനക്കാർക്ക് ഇസ്ലാമിനെക്കുറിച്ച് ഒരു പുതിയ അവബോധം സൃഷ്ടിക്കാൻ എന്റെ ഈ പുസ്തകം സഹായിക്കും എന്നെനിക്കുറപ്പുണ്ട്.

എഴുപതുകളുടെ തുടക്കംതൊട്ട് മധ്യപൂർവദേശത്തുണ്ടായ മതപുനരുത്ഥാന മുന്നേറ്റങ്ങൾ, ലോകത്തെ കൊടുങ്കാറ്റുപോലെ പിടിച്ചുലച്ചു. ഇസ്ലാമിക മതമൗലികത എന്ന് പാശ്ചാത്യമാധ്യമങ്ങളാൽ വിളിക്കപ്പെട്ട ഈ പുനരുത്ഥാന പ്രവണത ലോകശ്രദ്ധ പിടിച്ചുപറ്റി. അതെന്തായാലും ഈ ഇസ്ലാമിക് മതപുനരുത്ഥാനത്തെക്കുറിച്ച് വളരെ ഉപരിപ്ലവപരമായ വിലയിരുത്തൽ മാത്രമേ നടത്തപ്പെട്ടിട്ടുള്ളൂ. മതഭ്രാന്താണതിന് കാരണം. അഥവാ, ഇസ്ലാമിന്റെ സഹജസ്വഭാവമാണ് ഇതെന്നുമാത്രമേ ഇതുവരെ വിശദീകരണം നൽകപ്പെട്ടിട്ടുള്ളൂ.

ഇസ്ലാമിന്റെ സഹജസ്വഭാവം എങ്ങനെ ഇത്ര പെട്ടെന്ന് വളർന്നുവന്നുവെന്നോ അഥവാ മതഭ്രാന്ത് ആശ്ചര്യകരമായ പരിതഃസ്ഥിതിയിൽ പ്രത്യക്ഷപ്പെട്ടുവെന്നോ ഉള്ളതിന് ഒരു നേരിയ വിശദീകരണംപോലും നൽകാൻ ഈ രണ്ട് വ്യാഖ്യാനങ്ങൾക്കും കഴിയുന്നില്ല. എന്നിട്ടല്ലേ തൃപ്തികരമായ വിശദീകരണം നൽകാൻ കഴിയുന്നത്. ഒരു സാമൂഹ്യ പ്രതിഭാസത്തിന്റെ സാമൂഹ്യമായ അടിവേരുകൾ കണ്ടുപിടിക്കാതെ ആ പ്രതിഭാസത്തെക്കുറിച്ച് മനസിലാക്കാനോ അതിനെ വിശദീകരിക്കാനോ കഴിയുകയില്ല. മതത്തെപ്പോലെയുള്ള ആത്മജ്ഞാനപരമായ ഒരു പ്രതി

ഭാസംപോലും സാമൂഹ്യമായ അടിവേരുകളില്ലാത്തതല്ല. ഒരു ചിന്താ പദ്ധതി, അതെത്രത്തോളം അതീന്ദ്രിയവാദപരമായിരുന്നാലും ശരി, അതിന് സാമൂഹ്യ സവിശേഷതകളുണ്ടായിരിക്കും. ഒരു അനുഷ്ഠാന പദ്ധതി, അത് എത്രത്തോളം സങ്കീർണമായി ആധ്യാത്മികോന്നമനവുമായി ബന്ധിക്കപ്പെട്ടിരിക്കുന്നുവെങ്കിലും, അതും സമൂഹത്താൽ സ്വാധീനിക്കപ്പെടാത്തതല്ല. അതിന്റെ ഉൽപ്പത്തിയും സമൂഹത്തിന്റെ സാമ്പത്തിക ഘടനയും തമ്മിൽ ബന്ധമുണ്ട്.

നിലവിലുള്ള സാമൂഹ്യ-സാമ്പത്തിക ഘടന ഒരുവശത്തും ഭരണാധികാരികളുടെയോ ഭരണവർഗങ്ങളുടെയോ രാഷ്ട്രീയ ഭാഗ്യവിപര്യയങ്ങൾ മറുവശത്തും ആയിട്ടാണ് ഈ മതപുനരുത്ഥാനത്തിന്റെ അളവും ദിശയും നിർണയിക്കപ്പെടുന്നത് എന്ന കാര്യം നാം ഓർമിക്കേണ്ടതുണ്ട്. മലേഷ്യ, ഇന്തോനേഷ്യ, പാകിസ്ഥാൻ, ബംഗ്ലാദേശ് എന്നീ രാജ്യങ്ങളിലെന്നപോലെ ഇറാൻ, സൗദിഅറേബ്യ, ഈജിപ്ത്, സുഡാൻ തുടങ്ങിയുള്ള മറ്റ് നിരവധി പശ്ചിമേഷ്യൻ രാജ്യങ്ങളിലും ഉണ്ടായിക്കൊണ്ടിരിക്കുന്ന സംഭവവികാസങ്ങളെ ശ്രദ്ധാപൂർവം പരിശോധിക്കുന്ന ഏതൊരാൾക്കും അളവിലും ദിശയിലും ഉള്ള ഈ വ്യതിയാനങ്ങൾ പ്രകടമായി കാണാവുന്നതാണ്. പാകിസ്ഥാൻ, സൗദിഅറേബ്യ, സുഡാൻ തുടങ്ങിയ ചില രാജ്യങ്ങളിൽ ഇസ്ലാമിക പുനരുത്ഥാനം ഉണ്ടായത് ഭരണകൂടത്തിന്റെ പ്രോത്സാഹനത്തോടുകൂടിയാണ്.

ഇന്തോനേഷ്യ, മലേഷ്യ, ഇറാൻ (ഷായുടെ ഭരണകാലത്ത്) തുടങ്ങിയ രാജ്യങ്ങളിൽ ഭരണകൂടത്തിനെതിരായ ഒരു ബഹുജനമുന്നേറ്റം എന്ന നിലയിലാണ് അത് ഉയർന്നുവന്നത്. അതേസമയത്ത് ഇസ്ലാം മതം ആദരിക്കപ്പെടുന്ന അവസരത്തിൽത്തന്നെ ഭരണകൂടത്തിന്റെ പ്രോത്സാഹനത്താലോ ബഹുജനമുന്നേറ്റത്താലോ അത് പുനരുദ്ധരിക്കപ്പെടാത്ത രാജ്യങ്ങളും ലോകത്തിലുണ്ട്. ദക്ഷിണ യമൻ, ഇറാഖ്, അൾജീരിയ, ലിബിയ, സിറിയ തുടങ്ങിയ രാജ്യങ്ങൾ ഉദാഹരണം. ഈ രാജ്യങ്ങളിലെ സാമൂഹ്യ-സാമ്പത്തിക-രാഷ്ട്രീയ സംഭവവികാസങ്ങളെ ഹ്രസ്വമായി വിശകലനം ചെയ്തുകൊണ്ട് ഇസ്ലാംമതത്തിന്റെ പുനരുത്ഥാനത്തെക്കുറിച്ച് പരിശോധിക്കാനാണ് ഇവിടെ മുതിരുന്നത്. ഈ പരിശോധന വിശദമല്ല, സൂക്ഷ്മവുമല്ല എന്ന് പറയേണ്ടതില്ലല്ലോ.

ഒരു കാര്യംകൂടി നാം ഓർമിക്കേണ്ടതുണ്ട്. പശ്ചിമേഷ്യയിലെ ഭരണകർത്താക്കളിൽ മിക്കവരും അമേരിക്കയുമായും മറ്റ് പടിഞ്ഞാറൻ യൂറോപ്യൻ രാജ്യങ്ങളുമായും സഖ്യത്തിലാണ്. ഈ രാജ്യങ്ങളിലാണല്ലോ ബഹുരാഷ്ട്രക്കമ്പനികളിൽ മിക്കവയും സ്ഥിതിചെയ്യുന്നത്. അതിനാൽ തങ്ങളുടെ രാജ്യങ്ങളിലെ വികസനതന്ത്രം രൂപപ്പെടുത്തുന്നതിനുവേണ്ടി ഈ ഭരണാധികാരികൾ തങ്ങളുടെ സഖ്യകക്ഷികളുടെ നേർക്ക് തിരിയുക എന്നത് തികച്ചും സ്വാഭാവികമാണല്ലോ. ബഹുരാഷ്ട്രകുത്തകകൾ ഈ അവസരം ശരിക്കും മുതലെടുത്തു. ഉപയോഗശൂന്യം മാത്രമല്ല, ജനവിരുദ്ധംകൂടിയായ വികസനതന്ത്രങ്ങൾ അവർ ഈ രാഷ്ട്ര

ങ്ങളുടെ തലയിൽ കെട്ടിയേൽപ്പിച്ചു; അതോടൊപ്പം തങ്ങളുടെ നിബന്ധനകളും. അറബിരാഷ്ട്രങ്ങളുടെ സമ്പദ്വ്യവസ്ഥകളിൽ ബഹുരാഷ്ട്ര കുത്തകകൾ ചെലുത്തുന്ന മേധാവിത്വത്തിന്റെ പുതിയ രൂപങ്ങളിലേക്ക് വെളിച്ചം വീശിക്കൊണ്ട് സുപ്രസിദ്ധ സാമ്പത്തിക ശാസ്ത്രജ്ഞനായ സമീർ അമീൻ ഇങ്ങനെ പറയുന്നു:

> ഈ അധീശത്വത്തിന്റെ പുതിയ രൂപങ്ങളുടെ വിവിധ വശങ്ങൾ കണ്ടുതുടങ്ങിയിരിക്കുന്നു. ഒന്നാമത് സാങ്കേതികശാസ്ത്രത്തിനു വേണ്ടിയുള്ള ആശ്രിതത്വമുണ്ട്. ഇത് വെറും ധാർമികമോ ബൗദ്ധികമോ മാത്രമായ ഒരു പ്രശ്നമല്ല. അത് പലതരത്തിൽ പ്രകടിതമാകുന്നു. ഉൽപ്പാദന പ്രക്രിയക്ക് ആവശ്യമായ തന്ത്രപ്രധാനമായ പശ്ചാത്തല സൗകര്യങ്ങൾക്കും വ്യാവസായിക പ്ലാന്റുകൾക്കും അവർ ചുമത്തുന്ന വളരെ ഉയർന്ന കുത്തകവിലകളാണ് അവയിലൊന്ന്. സാങ്കേതിക ഉപകരണങ്ങൾ ഓരോരോ ഭാഗങ്ങളായി തരില്ല. യന്ത്രസജ്ജീകരണങ്ങൾ മൊത്തമായി, അതായത് പ്ലാന്റ് ഒട്ടാകെ വാങ്ങിച്ചുകൊള്ളണം എന്ന് നിർബന്ധം പിടിക്കുന്നതാണ് മറ്റൊന്ന്. ഉൽപ്പാദനപ്രക്രിയയുടെമേൽ തങ്ങൾക്കുള്ള നിയന്ത്രണം നിലനിർത്താൻ ഉപകരിക്കുന്ന സാങ്കേതിക ഉപകരണങ്ങളും രാസവസ്തുക്കളും മറ്റും വിൽക്കാൻ ബഹുരാഷ്ട്രകുത്തകകൾ വിസമ്മതിക്കുന്നതാണ് മൂന്നാമതൊന്ന്. ഫലത്തിൽ വ്യാവസായികോൽപ്പാദനോപകരണങ്ങൾ എല്ലാംതന്നെ ഇറക്കുമതി ചെയ്യാൻ അറബ് രാഷ്ട്രങ്ങൾ ഇപ്പോഴും നിർബന്ധിതമായിക്കൊണ്ടിരിക്കുകയാണ്. എന്നുമാത്രമല്ല, അവിടെ നടപ്പാക്കിക്കൊണ്ടിരിക്കുന്ന കാർഷികവികസനം ബഹുരാഷ്ട്രകുത്തകകളുടെ കൃഷി അധിഷ്ഠിത വ്യാപാരത്തെ പുഷ്ടിപ്പെടുത്താൻ ഉതകുന്നതുമാണ്.

മേൽപ്പറഞ്ഞ കാര്യങ്ങളിൽനിന്ന്, ബഹുരാഷ്ട്രകുത്തകകൾ എന്താണവിടെ ചെയ്തുകൊണ്ടിരിക്കുന്നതെന്ന് വ്യക്തമാണ്. എന്നിട്ടും തങ്ങളുടെ വികസന തന്ത്രങ്ങൾ ആവിഷ്കരിക്കാൻ പശ്ചിമേഷ്യൻ ഭരണാധികാരികൾ അതേ ബഹുരാഷ്ട്ര കുത്തകകളെത്തന്നെ ആശ്രയിക്കുന്നത് ഖേദകരംതന്നെ. പശ്ചിമേഷ്യൻ രാജ്യങ്ങളിലെ സാമ്പത്തിക വികസനം, ജനങ്ങളുടെ യഥാർഥ ആവശ്യങ്ങൾക്ക് അനുഗുണമായിട്ടുള്ളതല്ല. അഭിലഷണീയമായ മാറ്റം, ആധുനികവൽക്കരണം, വളർച്ച എന്നിവയിലേക്ക് നയിക്കുന്നതുമല്ല. നേരെമറിച്ച്, സമ്പദ്വ്യവസ്ഥയുടെമേൽ ബഹുരാഷ്ട്ര കുത്തകകൾക്കുള്ള അധീശത്വം കാരണം ഇസ്ലാം മതമൗലികവാദത്തിന്റെ ഉയർച്ചയ്ക്ക് ആവശ്യമായ സമ്മർദം ചെലുത്തപ്പെടുന്നതിന് ഇടയായിത്തീരുകയും ചെയ്തിരിക്കുന്നു. ലക്ഷ്യബോധത്തോടുകൂടിയ സാമ്പത്തികവളർച്ച ആധുനികവൽക്കരണത്തിലേക്കും ചിന്താരീതിയിലുള്ള മാറ്റത്തിലേക്ക് തന്നെയും നയിക്കുന്നു. നേരെമറിച്ച്, ചൂഷണാത്മകമായ സാമ്പത്തികാഭിവൃദ്ധിയാകട്ടെ (ആധുനികവൽക്കരണത്തിന് വിരുദ്ധമാ

യി) പാശ്ചാത്യവൽക്കരണത്തിലേക്കും ജനങ്ങളിൽ ഒരു വിഭാഗത്തിന് ലഭിക്കുന്ന അംഗീകൃത-അമിത സ്വാതന്ത്ര്യത്തിലേക്കും (സാധാരണമായി ഉപരിവർഗങ്ങൾക്ക് മറ്റൊരുവിഭാഗം ജനങ്ങളിൽ ഒരു വിഭാഗത്തിന് ലഭിക്കുന്ന അംഗീകൃത - അമിത സ്വാതന്ത്ര്യത്തിലേക്കും) വളർന്നുവന്ന് മാറ്റത്തെ ചെറുക്കുന്ന യാഥാസ്ഥിതിക പ്രവണതയിലേക്കും നയിക്കുന്നു.

ഈ സാമൂഹ്യ-സാമ്പത്തിക പശ്ചാത്തലത്തിൽ വേണം പശ്ചിമേഷ്യൻ രാഷ്ട്രങ്ങളിലെ മതമൗലികവാദ പ്രസ്ഥാനങ്ങളുടെ ഉയർച്ചയെ നോക്കിക്കാണാൻ. എണ്ണവിപ്ലവത്തിനുശേഷം ഈ രാജ്യങ്ങളിലുണ്ടായ സാമ്പത്തികാഭിവൃദ്ധിമൂലം ഏറ്റവുമധികം സമ്പന്നന്മാരായ ഒരു വർഗം ഉയർന്നുവന്നു. പരമ്പരാഗത ധാർമികതയെ മുറുകെപ്പിടിക്കുന്ന സാധാരണ ജനങ്ങളുടെ കണ്ണിൽ ഈ പുത്തൻ ധനികവർഗം പാശ്ചാത്യവൽക്കരിക്കപ്പെട്ടവരും അഴിമതിക്കാരും അധാർമികരും ആയിരുന്നു. അതായത് ചൂതുകളി, മദ്യപാനം, ലൈംഗികമായ അരാജകത്വം, പാശ്ചാത്യരീതിയിലുള്ള വസ്ത്രധാരണം (പ്രത്യേകിച്ചും സ്ത്രീകൾക്കിടയിൽ) എന്നിവയടക്കമുള്ള യാതൊരു നിയന്ത്രണവുമില്ലാത്ത പാശ്ചാത്യവൽക്കരണവും ആർഭാടപൂർണവുമായ മറ്റ് പാശ്ചാത്യ ജീവിതരീതികളുടെ ഉപരിപ്ലവ സവിശേഷതകളും സാധാരണ ജനങ്ങളിൽ വെറുപ്പ് ഉളവാക്കി.

ഒരു വശത്ത് ഭരണവർഗങ്ങളുടെ കയ്യിൽ സ്വത്ത് അമിതമായി കുന്നുകൂടുകയും മറുവശത്ത് തെറ്റായ സാമ്പത്തിക വളർച്ചാതന്ത്രങ്ങളുടെ ഫലമായി ശക്തമായ പണപ്പെരുപ്പ സമ്മർദവും, അതുകാരണം സാധാരണ ജനങ്ങൾക്ക് ദുരിതങ്ങളും ഒപ്പം സംജാതമാവുകയും ചെയ്യുമ്പോൾ സാധാരണക്കാരുടെ ഈ വിരക്തി ഏറ്റവും കൂടുതൽ രൂക്ഷമാകുന്നു. പാശ്ചാത്യവൽക്കരണത്തിന്റെ ഫലമായി ജനങ്ങൾ അവരുടെ പരമ്പരാഗതമായ തൊഴിലുകളിൽ നിന്ന് പിഴുതെറിയപ്പെടുന്നു. അത് അവരിൽ കടുത്ത അരക്ഷിതത്വബോധം സൃഷ്ടിക്കുന്നു. അങ്ങനെ പാശ്ചാത്യവൽക്കരണവും അതുവഴി ആധുനികവൽക്കരണവും കഥയിലെ വില്ലനാവുന്നു. അതോടെ പരമ്പരാഗതമായ മതത്തെ പുനരുദ്ധരിപ്പിക്കാൻ ജനങ്ങൾ വൈകാരികമായി സജ്ജരായിത്തീരുന്നു.

രാഷ്ട്രീയസ്ഥിരതക്ക് കോട്ടം തട്ടാൻ പോകുന്നുവെന്നും പരമ്പരാഗതമായ ധാർമികതയെ പുനരുദ്ധരിക്കാനുള്ള പ്രവണത ബഹുജനങ്ങളിൽ വളർന്നുവരുന്നുവെന്നും കണ്ടറിയുന്ന ഭരണവർഗങ്ങൾ ദ അവാ പ്രസ്ഥാനത്തിന് പ്രോത്സാഹനം നൽകാൻ സന്നദ്ധരായിത്തീരുകയാണ്. ഔപചാരികമായ ഇസ്ലാമിക മത യാഥാസ്ഥിതിക ധർമങ്ങൾക്ക് പരമപ്രാധാന്യം നൽകുന്ന *ദ അവാ* പ്രസ്ഥാനം ഏറ്റവും കൂടുതൽ അനുഷ്ഠാനാധിഷ്ഠിതമാണ്. പ്രാർഥന (നമസ്കാരം), പരിശുദ്ധ റംസാൻ മാസത്തിൽ നോമ്പ്, *സൗം, ഹജ്ജ്*, തീർഥാടനം എന്നീ ആചാരങ്ങൾക്കാണ് അത് ഏറ്റവും കൂടുതൽ ഊന്നൽ നൽകുന്നത്.

ഇസ്ലാം മതവ്യവസ്ഥയനുസരിച്ച് ഇതൊക്കെ ഓരോരുത്തരുടേയും ഒഴിച്ചുകൂടാനാവാത്ത കടമയാണെന്ന കാര്യത്തിൽ സംശയമില്ല. എന്നാൽ

ഇസ്ലാമെന്നാൽ ഇതിലുമെത്രയോ അപ്പുറമാണ്. സമത്വം, സാർവത്രിക സാഹോദര്യം, സാമൂഹ്യനീതി എന്നീ തത്വങ്ങൾ ഊന്നിപ്പറയുന്ന അതിന്റെ മൂല്യസംഹിത ചൂഷണത്തെയും അടിച്ചമർത്തലിനെയും ശക്തിയായിത്തന്നെ അപലപിക്കുന്നുണ്ട്. വളരെ സമഗ്രമായ, അർഥസമ്പുഷ്ടമായ ***സേംസേം*** എന്ന പദമാണ് അവർ ഇതിനായി ഉപയോഗിക്കുന്നത്. എന്നാൽ ഈ സാമൂഹ്യ വശങ്ങളെക്കുറിച്ച് *ദ അവാ* പ്രസ്ഥാനം ഊന്നിപ്പറയുന്നില്ല. കാരണം തങ്ങളുടെ അധീശത്വത്തെയും ചൂഷണ പ്രയോഗങ്ങളെയും ആ സാമൂഹ്യവശങ്ങൾ വെല്ലുവിളിക്കുമെന്ന് അവർക്കറിയാം. ഈ ചൂഷണ - അധീശത്വ പ്രവണതകളിൽ നിന്ന് ജനങ്ങളുടെ ശ്രദ്ധ തിരിച്ചുവിടുന്നതിന് വേണ്ടിയാണല്ലോ അവർ *ദ അവാ* പ്രസ്ഥാനം തന്നെ വളർത്തിക്കൊണ്ടുവന്നിട്ടുള്ളത്.

പരമ്പരാഗത ഇസ്ലാമിന്റെ വൃത്തികേടുകളെ മറയ്ക്കാനായി സ്വീകരിച്ചിട്ടുള്ള മൂടുപടംപോലും വളരെ നേർത്തതാണ്. സമൂഹത്തിന്റെ ഇസ്ലാമികവൽക്കരണപ്രക്രിയ മൊത്തത്തിലെടുത്താൽതന്നെ, സൗകര്യപൂർവം അംഗീകരിച്ച ചില ആചാരങ്ങൾക്കപ്പുറം അത് പോകുന്നില്ല. അതിന്റെ ഫലമായി ഇസ്ലാമിന്റെയും പാശ്ചാത്യവൽക്കരണത്തിന്റെയും അസുഖകരമായ ഒരു സമ്മേളനമായിത്തീർന്നിരിക്കുകയാണ് പശ്ചിമേഷ്യയിലെ ഇന്നത്തെ സമൂഹം. ഇസ്ലാമികവൽക്കരണത്തെക്കുറിച്ച് എന്തൊക്കെത്തന്നെ പറയുന്നുണ്ടെങ്കിലും പാശ്ചാത്യവൽക്കരണത്തിന്റെ വേരുകൾ കൂടുതൽ ആഴത്തിലേക്ക് ഇറങ്ങിച്ചെന്നുകൊണ്ടിരിക്കുകയാണ്. പശ്ചിമേഷ്യയിലെ വിപണികളിൽ പാശ്ചാത്യ ഉപഭോഗച്ചരക്കുകൾ കൂടുതൽക്കൂടുതൽ വന്നുകൊണ്ടിരിക്കുന്നു. കൊക്കൊക്കോള തൊട്ട് ഫാസ്റ്റ്ഫുഡും പാക്കറ്റുകളിലാക്കിയ ഭക്ഷണപദാർഥങ്ങളും ഇലക്ട്രോണിക്ക് ഉപകരണങ്ങളും സ്വകാര്യവാഹനങ്ങളും ട്രാഫിക്ക് സിഗ്നലുകളും ഫ്ളൈ ഓവറുകളും വരെയുള്ള എല്ലാം ഇന്നവിടത്തെ നിത്യോപയോഗ സാധനങ്ങളായിത്തീർന്നിരിക്കുന്നു.

പാശ്ചാത്യ രാജ്യങ്ങളിൽ സംഭവിച്ചതിനേക്കാൾ എത്രയോ ദ്രുതഗതിയിലാണ് പശ്ചിമേഷ്യൻ രാഷ്ട്രങ്ങളിൽ ഈ മാറ്റങ്ങൾ ഉണ്ടാകുന്നത്. നൂറ്റാണ്ടുകൾ പതിറ്റാണ്ടുകളിലേക്ക് ഞെരിച്ചമർത്തപ്പെടുന്നു. ജനങ്ങളുടെ ന്യായമായ ഭൗതിക ആവശ്യങ്ങളോ അവരുടെ വൈകാരികവശങ്ങളോ കണക്കിലെടുത്തുകൊണ്ടല്ല ഇത്തരം മാറ്റം വരുത്തിക്കൊണ്ടിരിക്കുന്നത്.

ജനങ്ങൾക്ക് പ്രായേണ ആവശ്യമില്ലാത്ത ചരക്കുകൾ കൊണ്ടുവന്ന് ബഹുരാഷ്ട്ര കുത്തകകൾ പശ്ചിമേഷ്യൻ വിപണികൾ കുത്തിനിറയ്ക്കുകയാണ്. പരസ്യപ്രചരണത്തിന്റെ ഉന്നത സമ്മർദതന്ത്രം ഉപയോഗിച്ച് ഇവ വിൽക്കപ്പെടുന്നു. ഇസ്ലാമിക ലോകത്തിൽ സർവവ്യാപിയായി കാണപ്പെടുന്ന ഈ ഉപഭോക്തൃ സംസ്കാരം, ഇസ്ലാമികവൽക്കരണ പ്രക്രിയയ്ക്ക് കടകവിരുദ്ധമായി ഒരിടത്തും ചിത്രീകരിക്കപ്പെടുന്നുമില്ല. കടന്നാക്രമണത്തിന് പരിശുദ്ധ നഗരമായ മെക്കപോലും അപവാദമല്ല. ആകാശ

ചുംബികളായ കെട്ടിടങ്ങളും ആധുനികരീതിയിലുള്ള റോഡുകളും ഫ്ളൈ ഓവറുകളും അവയിലെ ഗതാഗതക്കുരുക്കുകളും മറ്റും ആ നഗരത്തിന്റെ അഭിമാനം തന്നെയായിരിക്കുന്നു. ഇക്കാര്യത്തിലേക്ക് അൽപ്പം കൂടി വെളിച്ചം വീശുന്നത് രസകരമായിരിക്കും. കാരണം ഇസ്ലാമിക സ്വഭാവ സവിശേഷതയും ആധുനിക പാശ്ചാത്യ സാങ്കേതികവിദ്യയും തമ്മിലുള്ള വൈരുധ്യം അത് വ്യക്തമാക്കുന്നതാണ്.

പരിശുദ്ധ നഗരമായ മെക്കയുടെ ഓരോ ഖണ്ഡവും പരിവർത്തനത്തിനു വിധേയമാകുംവരെ വികസനം തുടർന്നുകൊണ്ടിരിക്കും. പരമാവധിയിലും കവിഞ്ഞ ഗതാഗത സാന്ദ്രീകരണംകൊണ്ട് വീർപ്പുമുട്ടുന്ന റോഡുകളാണ് നഗരത്തിന്റെ മൂന്നിൽ രണ്ടുഭാഗത്തും ഉള്ളത്. ഒന്നിനൊന്ന് മുകളിലേക്ക് ഉയർന്നുപോകുന്ന കൂറ്റൻ കെട്ടിടങ്ങളാണ് ബാക്കിഭാഗത്തുള്ളത്. മദീനയിലും സംഭവിക്കുന്നത് ഇതേ വികസനമാണ്. മെക്കക്കും മെദീനക്കും ചുറ്റുമുള്ള മലകൾ ഇടിച്ചുനിരപ്പാക്കപ്പെട്ടിരിക്കുന്നു. ഹജ്ജ് തീർഥാടന കാലത്തുണ്ടാകുന്ന വർധിച്ച ഗതാഗത സ്തംഭനം കഴിയുന്നത്ര ഒഴിവാക്കുന്നതിനുവേണ്ടി ഫ്ളൈ ഓവറുകളുടെയും നിരവധി റോഡുകൾ ഒന്നിച്ചുകൂടുന്ന കവലകളുടെയും ഒരു ബൃഹദ് ശൃംഖല തന്നെയുണ്ടാക്കിയിട്ടുണ്ട്. ലഭ്യമായ ഓരോ ഇഞ്ച് സ്ഥലത്തും കടകളും ഫാസ്റ്റ്ഫുഡ് വിതരണശാലകളും പെട്രോൾ പമ്പുകളും ഉയർന്നുവന്നിരിക്കുന്നു. വാഹനങ്ങളും മറ്റും പുറത്തുവിടുന്ന കരിയും പുകയും കാരണം ശ്വാസം കഴിക്കുകതന്നെ അസഹ്യമായിത്തീർന്നിരിക്കുന്നു. മറ്റേതൊരു അമേരിക്കൻ നഗരത്തെയുംപോലുള്ള ഒരു മഹാനഗരമായിത്തീർന്നിരിക്കുന്നു ഇന്ന് മെക്ക.

എന്നാൽ ഇസ്ലാമിക വികാരങ്ങളേക്കാൾ കൂടുതൽ നിർണായകമായ സ്വാധീനശക്തി, ഇന്നവിടെ നിക്ഷിപ്തതാൽപ്പര്യങ്ങൾക്കാണ്. പാശ്ചാത്യമായ ഉന്നതമായ സാങ്കേതികവിദ്യയിൽ സൗദി അറേബ്യക്കാർ ആകണ്ഠം മുഴുകിയിരിക്കുന്നു. ലഘുവായ സാങ്കേതികവിദ്യ സ്വീകരിക്കാൻ വയ്യാത്ത ഒരു പതനത്തിൽ അവർ എത്തിച്ചേരുകയാണ് – ഹജ്ജിനും ഇസ്ലാമിക സംസ്കാരത്തിനും ഇസ്ലാമിക ആചാരങ്ങൾക്കും കൂടുതൽ അനുഗുണമായിട്ടുള്ള നാട്യം എന്തുതന്നെയായിരുന്നാലും ഇസ്ലാമിക മതമൗലികത അവയ്ക്ക് അടിപണിയുകയാണ് ചെയ്യുന്നത്. മറിച്ച് അവ ഇസ്ലാമിക താൽപ്പര്യങ്ങളെ സേവിക്കുകയല്ല. സ്വകാര്യ ഓട്ടോമൊബൈൽ വാഹനങ്ങളും അവയുടെ അനുബന്ധാലങ്കാര സാമഗ്രികളും ഇന്നത്തെ സൗദി അറേബ്യക്കാരന്റെ ജീവിതരീതിയുടെ അവിഭാജ്യഭാഗമായിത്തീർന്നിരിക്കുന്നു. എന്നുമാത്രമല്ല സമീർ അമീൻ ചൂണ്ടിക്കാണിച്ചതുപോലെ തങ്ങളുടെ നിബന്ധനകളുടെ അടിസ്ഥാനത്തിൽ പാശ്ചാത്യ സാമ്രാജ്യത്വശക്തികൾ കൽപ്പിക്കുന്ന നിബന്ധനകൾ അംഗീകരിക്കാൻ അവർ നിർബന്ധിതരാണ്.

ജറ്റ് വിമാനത്തിന്റെ വേഗതയോട് കൂടി നടപ്പിലാക്കപ്പെട്ട ഉന്നത സാങ്കേതികവിദ്യ നിരവധി സങ്കീർണമായ മാനസികാഘാതങ്ങൾക്ക് കാര

ണമായിത്തീർന്നിരിക്കുന്നു. മതപുനരുദ്ധാരണ പ്രവണതയിൽ അത് പ്രകടമായിക്കാണാം. മനശാസ്ത്രപരമായ ഒരു സ്ഥിരീകരണ പ്രക്രിയയാണത്. ഒരു രാഷ്ട്രീയ സ്ഥിരീകരണ പ്രക്രിയ. അങ്ങനെ മതമൗലികവാദ പ്രവണത, ആത്യന്തികമായി സേവിക്കുന്നത് ഭരണവർഗങ്ങളെത്തന്നെയാണ്.

ഇവിടെ ഒരു കാര്യം വ്യക്തമാക്കാൻ ഞാനാഗ്രഹിക്കുന്നു. സാങ്കേതികവിദ്യയെ മറ്റ് പലരും അപലപിക്കുന്നുണ്ടെങ്കിലും ഞാൻ ആ കൂട്ടത്തിലല്ല, അതുപോലെത്തന്നെ അതിന് സ്തുതിഗീതം പാടുന്ന പ്രശ്നവുമില്ല, സാങ്കേതികവിദ്യ കേവലാർഥത്തിൽ നിഷ്പക്ഷമാണ്. ജനങ്ങളുടെ യഥാർഥ ആവശ്യങ്ങൾക്ക് അനുയോജ്യമായ സാങ്കേതികവിദ്യ സ്വീകരിക്കുകയാണ് വേണ്ടത്. അവ മൊത്തപ്പടിയായി വിദേശരാജ്യങ്ങളിൽനിന്ന് ഇറക്കുമതി ചെയ്യുകയാണെങ്കിൽ ആ വിദേശരാജ്യങ്ങളുടെ താൽപ്പര്യങ്ങളാകും സംരക്ഷിക്കപ്പെടുക. പശ്ചിമേഷ്യൻ രാജ്യങ്ങളെ സംബന്ധിച്ചിടത്തോളവും ഇതു വളരെ ശരിയാണ്.

അതാതു രാജ്യങ്ങളിലെ കാർഷികമേഖല അവഗണിക്കപ്പെടുന്നു. ബഹുരാഷ്ട്രകുത്തകകളുടെ ഉടമസ്ഥതയിലുള്ള കാർഷികാധിഷ്ഠിത വ്യവസായങ്ങളെ വളരാൻ അനുവദിക്കുന്നു എന്നതാണ് ഇതുമായി ബന്ധപ്പെട്ട ഏറ്റവും പ്രധാനപ്പെട്ടകാര്യം. സോദ്ദേശ്യമായ വികസനത്തിന് ആവശ്യമായ സന്തുലനത്തെ ഇത് പൂർണമായും തകിടം മറിക്കുന്നു. സമീർ അമീൻ ചൂണ്ടിക്കാണിക്കുന്നതിങ്ങനെയാണ്.

കൃഷി സ്ഥിരമായി പിന്നോക്കാവസ്ഥയിൽ സ്ഥിതി ചെയ്യുന്നു എന്നതാണ് രണ്ടാമത്തെ ദൗർബല്യം . വികസന നയത്തിൽ അതിന് യാതൊരു സ്ഥാനവുമില്ല. സാമ്പത്തികവും മറ്റുമായ വിഭവങ്ങളെല്ലാം വലിച്ചെടുക്കുന്നത് വ്യവസായ മേഖലയാണ്. ഇറക്കുമതി ചെയ്യപ്പെട്ട സാങ്കേതികവിദ്യയുടെയും വൻകിട പരിപാടികളുടെയും ചുറ്റും കറങ്ങുന്ന വികസനപദ്ധതി ബഹുരാഷ്ട്രകുത്തകളുടെ മേധാവിത്വത്തിന്റെ തീവ്രത അനിവാര്യമായും മൂർച്ഛിപ്പിക്കുന്നു. മൗലികപ്രശ്നത്തെ സംബന്ധിച്ചിടത്തോളം നിർണായകമായ യാതൊരു പരിഹാരവും കൈകൊള്ളപ്പെടുന്നില്ല.

സോഷ്യലിസം അംഗീകരിക്കുകയും സാമൂഹ്യസാമ്പത്തിക നീതിക്ക് മുൻഗണന നൽകുകയും ചെയ്തിട്ടുള്ള രാജ്യങ്ങളെ സംബന്ധിച്ചിടത്തോളം, ഇസ്ലാം മതമൗലികതയെ ഉപയോഗപ്പെടുത്തേണ്ടത് ആവശ്യമാണ് എന്ന് തോന്നിയിട്ടില്ല എന്ന കാര്യം ഓർമിക്കേണ്ടത് പ്രധാനമാണ്. ദക്ഷിണയമൻ, അൾജീരിയ, ഇറാഖ് എന്നിവ ഇതിനുദാഹരണങ്ങളാണ്. ഈ രാജ്യങ്ങളിൽ ഇത്തരം മതപുനരുദ്ധാരണ പ്രസ്ഥാനങ്ങൾ ഉണ്ടായിട്ടില്ല. അൾജീരിയയിൽ വലതുപക്ഷക്കാർ, മതത്തെ ഉപയോഗപ്പെടുത്തിക്കൊണ്ട്, നിലവിലുള്ള ഭരണത്തെ എതിർക്കാൻ പലപ്പോഴും ശ്രമിക്കാറുണ്ട്. ജനങ്ങളിൽ ഒരു ചെറിയവിഭാഗത്തിന്റെ പിന്തുണ അവർക്ക് ലഭിക്കുന്നുമുണ്ട്. എന്നാൽ വസ്തുനിഷ്ഠ സാഹചര്യങ്ങളുടെ അഭാവത്തിൽ അത്തരമൊരു പ്രസ്ഥാനത്തിന് ജനങ്ങളെ ഹഠാദാകർഷിക്കാൻ കഴിയുന്നില്ല. അതൊരു ഒറ്റപ്പെട്ട പ്രസ്ഥാനമായി അവശേഷിക്കുന്നു. വലതുപക്ഷ

പ്രസ്ഥാനമായ *ഇഖ് വാൻ ഉൽ മുസ്ലീമും* അതുപോലുള്ള ഇസ്ലാമിക വിഭാഗങ്ങളും ആക്രമങ്ങളിൽ ഏർപ്പെട്ടിരിക്കുന്നു. ഉദാഹരണത്തിന് അൾജീറിയയിലെ തലസ്ഥാനനഗരിയിൽ നിന്ന് മൂന്നുമൈൽ തെക്കുപടിഞ്ഞാറ് മാറി സ്ഥിതിചെയ്യുന്ന അൽസൗമാൻ എന്ന പട്ടണത്തിൽ 1985 ആഗസ്ത് 26 ന് പൊലീസ് സ്റ്റേഷനുനേരെ ആക്രമണം നടന്നതിന്റെ റിപ്പോർട്ടുണ്ടായിരുന്നു. ഇഖ്വാൻ ഉൽമുസ്ലീമീംമുമായി ബന്ധപ്പെട്ട മുസ്തഫാ ബൗഓലി എന്ന സംഘടനയിൽപ്പെട്ടവരാണ് ആക്രമികൾ എന്ന് കരുതപ്പെടുന്നു.

മതാന്ധത പ്രചരിപ്പിച്ചതുകൊണ്ടുമാത്രം ഒരു പ്രസ്ഥാനവും വേരുപിടിക്കുകയില്ല. അത് വിജയിക്കണമെങ്കിൽ ജനങ്ങളുടെ ഇടയിലെ കഠിനമായ അസംതൃപ്തിയുടെ രൂപത്തിലുള്ള (അത് സാമ്പത്തികമായോ രാഷ്ട്രീയമായോ ആയ അസംതൃപ്തിയാവാം) വസ്തുനിഷ്ഠ സാഹചര്യം അത്യാവശ്യമാണ്.

ഇന്തോനേഷ്യയിലാകട്ടെ, മതത്തിന്റെ വെല്ലുവിളി ഇതിനേക്കാളെത്രയോ ഗുരുതരമാണ്. ഈയിടെ എണ്ണവില കുത്തനെ ഇടിഞ്ഞതുകാരണം അവിടത്തെ ഇപ്പോഴത്തെ ഭരണത്തിന് ജനങ്ങളുടെ ഇടയിലുള്ള വിശ്വാസ്യത വളരെയേറെ നശിച്ചിരുന്നു. ജനങ്ങളുടെ അസംതൃപ്തി പലപ്പോഴും പ്രകടിപ്പിക്കപ്പെടുന്നത് മതപരമായ കാര്യങ്ങളോടുള്ള എതിർപ്പിന്റെ രൂപത്തിലാണ്. അതിനുപറ്റിയ ഉദാഹരണമാണ് താൻജങ്ങ്പ്രിക് സംഭവം. സ്ത്രീകൾ ഇസ്ലാമിക വേഷം ധരിച്ചിരിക്കണം എന്ന് നിർദേശിക്കുന്ന ഒരു പോസ്റ്റർ 1984 സെപ്തംബർ 7–ാം തീയതി വെള്ളിയാഴ്ച നഗരത്തിലെ ചുമരുകളിൽ പ്രത്യക്ഷപ്പെട്ടതോടെയാണ് കുഴപ്പങ്ങൾ ആരംഭിച്ചത്. ജനങ്ങളും സുരക്ഷാഭടന്മാരും തമ്മിലുള്ള സംഘട്ടനമായി അത് വളർന്നുവന്നു. ഗവൺമെന്റിന്റെ കണക്കനുസരിച്ചുതന്നെ 9 പേർ കൊല്ലപ്പെട്ടു. 53 പേർക്ക് പരിക്കേറ്റു; സ്വത്തുവകകൾക്ക് തീവെക്കപ്പെട്ടു. ഏതെങ്കിലും തരത്തിലുള്ള ഇസ്ലാമിക പുനരുത്ഥാന ശ്രമങ്ങളെയും ഇസ്ലാമിക എതിർപ്പുകളെയും വളരെ കരുതലോടുകൂടിയാണ് ഇപ്പോഴത്തെ ഇന്തോനേഷ്യൻ ഗവൺമെന്റ് നേരിടുന്നത്. അത്തരം ഏതൊരു സംരംഭത്തേയും ഉരുക്കുമുഷ്ടി ഉപയോഗിച്ച് തന്നെ അടിത്തമർത്താൻ അവർ ശ്രമിക്കുന്നു. എന്നാൽ ഇവിടെ ഏതാനും വരികളിൽ സൂചിപ്പിച്ചതിനേക്കാൾ എത്രയോ സങ്കീർണമാണ് ഇന്തോനേഷ്യയിലെ പരിതസ്ഥിതി. കമ്യൂണിസ്റ്റ് വിപ്ലവമുന്നേറ്റവും ശക്തമായ നാടൻ സംസ്കാരത്തിന്റെ സ്വാധീനങ്ങളും അതുപോലുള്ള മറ്റ് ഘടകങ്ങളും കാരണം, പശ്ചിമേഷ്യൻ രാജ്യങ്ങളിൽ കണ്ടുവരുന്ന അത് അളവിലും രൂക്ഷതയിലും ഇവിടെ എതിർപ്പിന്റെ പ്രമുഖ വാഹകരായിത്തീരാൻ മതത്തിന് അധികം കഴിയുന്നില്ല.

മലേഷ്യയുടെ കാര്യം അതിലും വിഭിന്നമാണ്. ഇവിടെയും ഇസ്ലാമിക പുനരുദ്ധാരണം ഭരണകൂടത്തിന്റെ ആഭിമുഖ്യത്തിലുള്ളതല്ല. നേരെമറിച്ച് പൊതുജന സമ്മർദം കാരണം ഇസ്ലാമികഭാവം അവലംബിക്കാൻ,

അവിടത്തെ രാഷ്ട്രീയ ഭരണകർത്താക്കൾ നിർബന്ധിതരായിത്തീരുന്നു. മലേഷ്യയിലെ ഇസ്ലാമിക മുന്നേറ്റം അതിന്റെ തനതായ ഒരു വിഭാഗത്തിൽ ഉൾപ്പെട്ടതാണ്. സമ്പദ്വ്യവസ്ഥയ്ക്കുമേൽ ചൈനക്കാരായ ജനങ്ങൾക്കുള്ള മേധാവിത്വം, വംശീയ വിഭാഗങ്ങൾ തമ്മിലുള്ള സംഘട്ടനങ്ങൾ, നാഗരിക-ഗ്രാമീണാവകാശങ്ങൾ തമ്മിലുള്ള വിടവ്, അവകാശാധികാരങ്ങൾ കുറവായ മലയാ മുസ്ലീം വിഭാഗങ്ങളിൽനിന്ന് പലതും കവർന്നെടുക്കപ്പെട്ടിരിക്കുന്നുവെന്ന അവരുടെ തോന്നൽ- മലേഷ്യയിലെ ഇസ്ലാമിക മുന്നേറ്റം ശക്തിപ്പെടുന്നതിന് ഇവയൊക്കെ പ്രധാന പങ്കുവഹിച്ചിട്ടുണ്ട്.

നഗരങ്ങളിലേയും നഗരപ്രാന്തങ്ങളിലേയും ഇടത്തരക്കാരിൽ കാണപ്പെടുന്ന ഒരു പ്രവണതയാണ് മതപുനരുദ്ധരാണം എന്ന് മൊത്തത്തിൽ പറയാം. ഒരു ആധുനിക വ്യവസായവൽക്കൃത നഗരത്തിൽ നമ്മുടെ സ്വത്വം നഷ്ടപ്പെട്ടതായി നമുക്കു തോന്നുന്നു, അർഥശൂന്യതയെയും അന്യഥാത്വബോധത്തെയും ചെറുക്കുന്നതിന് മനഃശാസ്ത്രപരമായ ആയുധങ്ങൾ അത്യന്താപേക്ഷിതമാണ്.

മതമൗലികവാദം മതത്തിലും സമൂഹത്തിലും ഒരുപോലെ അപകടങ്ങൾ വരുത്തിവെച്ചിട്ടുണ്ടെന്നാണ് എന്റെ എളിയ നിഗമനം. നിർഭാഗ്യവശാൽ ഇന്ന് നമ്മുടെ രാജ്യത്ത് മതമൗലികവാദം മുമ്പെങ്ങും ഇല്ലാത്ത വിധം ശക്തിപ്പെട്ടുകൊണ്ടിരിക്കുകയാണ്. ഇത് മതത്തിന്റെ യഥാർഥ സത്തയെക്കുറിച്ചുള്ള തെറ്റിദ്ധാരണകൾക്ക് വഴിയൊരുക്കിയിട്ടുണ്ട്. അധികാരം പിടിച്ചുപറ്റാനുള്ള ഒരു കേവലോപകരണമായി മതം തരംതാഴ്ന്നിരിക്കുന്നു. അതാണ് ഇന്നത്തെ അവസ്ഥ. ഇത് കൂടാതെ മതങ്ങൾ തമ്മിലുള്ള സംഘർഷം വർധിപ്പിക്കുന്നതിനും മതമൗലികവാദം വഴിയൊരുക്കിയിരിക്കുന്നു. ഇന്ത്യയെപ്പോലെ വിവിധ മതങ്ങൾ കൂടിക്കലർന്നുകഴിയുന്ന ഒരു രാജ്യത്ത് ഇത് വളരെ അപകടകരമാണ്. നമ്മുടെ രാജ്യത്തിന്റെ ഐക്യവും സമഗ്രതയും തകരാറിലാക്കുംവിധമുള്ള വർഗീയ സംഘർഷങ്ങൾക്കും നമ്മൾ ഇതിനകം സാക്ഷിയായിക്കഴിഞ്ഞല്ലോ. ഇതൊരു ഗുരുതരമായ ഭീഷണിയാണ്.

ജീവിതത്തിനാവശ്യമായ ചില ആദർശങ്ങൾ മതം നമുക്കു പ്രദാനം ചെയ്യുന്നുണ്ട്. മാനവികതയുടെ സമ്പൂർണ വികാസമാണ് മതം ലക്ഷ്യമാക്കുന്നത്. വിശ്വസാഹോദര്യം ഒരാദർശമായി പ്രഖ്യാപിക്കാത്ത ഒരു മതവുമില്ലെന്നുതന്നെ പറയാം. മതത്തിന്റെ ഈ വശങ്ങളെവേണം നമ്മൾ ഉയർത്തിപ്പിടിക്കാൻ, മതമൗലികവാദം ഇത്തരം യാതൊരാദർശങ്ങളും വളർത്തുന്നില്ലെന്നുമാത്രമല്ല ഇവയെ നിഷേധിക്കുകയും തൽസ്ഥാനത്ത് സങ്കുചിതമായ വിഭാഗീയത വളർത്തിയെടുക്കുകയും ചെയ്യുന്നു. എന്റെ ഈ പുസ്തകം ഇസ്ലാമിന്റെ സാർവദേശീയ സത്തയെ ഉയർത്തിക്കാണിക്കാനാണ് ശ്രമിക്കുന്നത്. ചരിത്രസാഹോദര്യങ്ങളുടെ പശ്ചാത്തലത്തിൽ ഇസ്ലാം ആവിർഭവിക്കുന്നതും അതിന്റെ വിപ്ലവോന്മുഖസ്വഭാവവും വിശദമാക്കാനാണ് എന്റെ ശ്രമം. ഇസ്ലാമിന്റെ ഉത്ഭവത്തിനുമുമ്പുതന്നെ

നിലവിൽ വന്നിരുന്ന യഹൂദമതം, ക്രിസ്തുമതം തുടങ്ങിയ മതങ്ങൾ വെളിപ്പെടുത്തിയ സത്യങ്ങളെ അംഗീകരിക്കാൻ ഇസ്ലാം ബാധ്യസ്ഥമാണ്. വർഗവർണവിവേചനങ്ങൾക്കതീതമായ തുല്യസാമൂഹ്യനീതി ഉറപ്പുവരുത്തുക എന്നത് ഇസ്ലാമിന്റെ അടിസ്ഥാനദർശനമാണ്. എന്റെ പ്രതീക്ഷ ഈ പുസ്തകം ഇസ്ലാമിന്റെ ലക്ഷ്യങ്ങളെ സാക്ഷാൽക്കരിക്കാൻ പ്രയോജനപ്പെടുമെന്നുതന്നെയാണ്. മതമൗലികവാദത്തിന്റെയും വർഗീയ ശക്തികളുടെയും മുനയൊടിഞ്ഞ വാദഗതികൾക്കുള്ള മറുപടികൂടിയാണ് ഈ പുസ്തകം. ഇതിന്റെ പ്രസിദ്ധീകരണത്തിന് മുൻകൈ എടുത്ത പ്രസാധകരോടും ഭംഗിയായ മലയാളവിവർത്തനം തയ്യാറാക്കിയ ശ്രീ.കെ സി വർഗീസിനോടും ഞാൻ നന്ദി രേഖപ്പെടുത്തുന്നു.

മതസൗഹാർദവും സാമൂഹ്യനീതിയും വളർന്നുകാണാൻ, കഴിഞ്ഞ അരനൂറ്റാണ്ടിലേറെ കാലമായി ഞാൻ നടത്തിക്കൊണ്ടിരിക്കുന്ന പരിശ്രമങ്ങളുടെ ഭാഗമായി ഈ പുസ്തകം പ്രതീക്ഷാപൂർവം മലയാളവായനക്കാർക്ക് സമർപ്പിക്കുന്നു.

അസ്ഗർ അലി എഞ്ചിനീയർ

1

ഇസ്ലാമിന്റെ ഉത്ഭവവും പ്രാചീന സാമൂഹ്യവ്യവസ്ഥിതികളും

ഒരു മതത്തിനും, അത് വെളിപാടിന്റെ സൃഷ്ടിയാകട്ടെ അല്ലാതിരിക്കട്ടെ അതുത്ഭവിച്ച കാലത്തെ സങ്കീർണമായ സ്വാധീനങ്ങളിൽനിന്ന് ഒഴിഞ്ഞുമാറാൻ കഴിയില്ല. ദൈവികമായ ഇടപെടലുകൾക്കുപോലും ഈ സാഹചര്യങ്ങളെ സമ്പൂർണമായി ഇല്ലാതാക്കുക സാധ്യമല്ല. വിശുദ്ധ ഗ്രന്ഥത്തിൽ പ്രകടമാകുന്ന ഖുർ-ആനിക് ദൈവശാസ്ത്രം ഏകപക്ഷീയമായ ദൈവിക ഇടപെടൽ എന്ന വീക്ഷണത്തെ ന്യായീകരിക്കുന്നില്ല. ഖുർ-ആനിക് പ്രഖ്യാപനം വളരെ വ്യക്തമാണ്. ദൈവികപ്രമാണം മാറ്റമില്ലാത്തതാണ്. (1) കാൽവിന്റെ ദൈവശാസ്ത്രനിഗമനത്തിലേതുപോലെ ദൈവത്തിന്റെ ശിക്ഷകളും സമ്മാനങ്ങളും പോലും, കേവലം ഏകപക്ഷീയങ്ങളല്ല. *ഖുർആൻ* പറയുന്നു "മനുഷ്യൻ എന്തിനായി ഉദ്യമിക്കുന്നുവോ അത് മാത്രമേ അവന് ലഭിക്കൂ." ദൈവകൃപ ഇവിടെ നിരസിക്കുന്നില്ല. പിന്നെയോ, *ഖുർആൻ* അത് ഏകപക്ഷീയമായി കാണുന്നില്ല.

ഇസ്ലാം ചരിത്രപ്രതിഭാസങ്ങളെ ഗൗരവമായി പരിഗണിക്കുന്നുണ്ട്, സാമൂഹ്യമായ അത്യാഹിതങ്ങളുടെ സൃഷ്ടിയോ കേവലം പുരാണങ്ങളോ അല്ല ചരിത്രം. നിശ്ചിതമായ ഉപയോഗമാത്രവാദപരമായ (Teleological) ഒരു സമീപനമാണ് ചരിത്രത്തോട് *ഖുർആൻ* വെച്ചുപുലർത്തുന്നത്. അതിൽ വിശദീകരിച്ചിരിക്കുന്ന ഇസ്രയേൽ പ്രവാചകന്മാരുടെ കഥകൾ ഈ കാര്യം വ്യക്തമാക്കുന്നുണ്ട്. എന്നാൽ അതൊരിക്കലും അത്യാഹിതങ്ങളെ അവഗണിക്കുകയോ ലഘൂകരിച്ച് കാണുകയോ ചെയ്യുന്നില്ല. ദൈവകോപം രാജ്യങ്ങളുടെ മേലോ ജനവിഭാഗങ്ങളുടെ മേലോ പതിക്കുന്നത് ജനങ്ങൾ ഭൗതികവും ധാർമികവുമായ നിയമങ്ങൾ ലംഘിക്കുമ്പോഴാണെന്നു കാണാം.

Hudallh[1] എന്നാണ് *ഖുർആൻ* ഇതേക്കുറിച്ച് പറയുന്നത്. *ഖുർആൻ* പറയുന്നു.

> അധാർമികങ്ങളായിരുന്ന എത്രയോ പട്ടണങ്ങളെ നാം നശിപ്പിച്ചു. അവയുടെ അവശിഷ്ടങ്ങൾ അധർമത്തിന്റെ സ്മാരകങ്ങളായി ഇന്നും നമ്മുടെ ഇടയിൽ സ്ഥിതിചെയ്യുന്നു. എത്രയോ സാധുക്കളെ നാം സമ്പന്നരാക്കിയിരിക്കുന്നു (21:45). നാം വീണ്ടും ജനങ്ങളുടെ മേൽ പ്രതികാരം നിവർത്തിക്കും. അവർക്ക് സത്യാസത്യങ്ങളെ വേർതിരിക്കാനുള്ള വേദവും പ്രകാശവും നാം നൽകി; സൂക്ഷ്മതയുള്ളവർക്ക് ഒരു ഉൽബോധനവും. (Q.21:48)

ചരിത്രത്തിന്റെ നിർണായക തത്വങ്ങളെ ഇസ്ലാം നിഷേധിക്കുന്നില്ല. എന്നുമാത്രമല്ല ചരിത്രപരമായ തെളിവുകൾ ഗൗരവമായി എടുക്കുകയും ചെയ്യുന്നു. ഇസ്ലാം അതിന്റെ അനുയായികളിൽ ചരിത്രബോധം അരക്കിട്ടുറപ്പിക്കാൻ ശ്രമിക്കുകയും ചെയ്യുന്നു. *ഖുർആൻ* പറയുന്നു. നിന്റെ രക്ഷിതാവിന്റെ ശിക്ഷയുടെ ലഘുവായൊരംശം അവരെ സ്പർശിച്ചുകഴിഞ്ഞാൽ അവർ പറയും, അഹോ സങ്കടം! ഞങ്ങൾ ആക്രമികളായിപ്പോയല്ലോ.അവരുടെ അസൂയ കണ്ണുകൾക്കല്ല പിന്നെയോ ഹൃദയത്തിനാണ്" (Q.21:46). ഇതെന്താണ് കാണിക്കുന്നത്. ചരിത്രസംഭവങ്ങളിൽനിന്ന് പാഠങ്ങൾ പഠിക്കാൻ വ്യക്തമായ ഉൾക്കാഴ്ച കേവലം ബാഹ്യേന്ദ്രിയങ്ങൾകൊണ്ടുമാത്രം നേടിയെടുക്കാനാവില്ല എന്നാണ്.

ഇസ്ലാമിന്റെ ഉത്ഭവത്തെക്കുറിച്ച് ചർച്ചചെയ്യുന്നതിനുമുമ്പ് ചരിത്രപരമായ നിർണായകവാദം എന്ന സംജ്ഞകൊണ്ട് എന്താണുദ്ദേശിക്കുന്നത് എന്ന കാര്യം അൽപ്പം വിശദീകരിക്കേണ്ടതുണ്ട്. ഇന്ദ്രിയഗോചരമായ ദൈവികോദ്ദേശ്യവും മനുഷ്യന്റെ സൃഷ്ടിപരമായ സ്വാതന്ത്ര്യവും തമ്മിൽ ഒത്തുപോകുന്നു എന്നുതന്നെയാണ്. മനുഷ്യൻ തന്റെ ജീവിതലക്ഷ്യത്തെ തേടുകയും അതിന് വഴിയൊരുക്കുകയും ചെയ്യുന്നിടത്തോളം അവൻ സ്വതന്ത്രനാണ്. താൻ ആയിരിക്കുന്ന അവസ്ഥയെ അതിജീവിക്കുകയും ആയിത്തീരേണ്ട അവസ്ഥയ്ക്കുവേണ്ടി ആയിരിക്കുന്നതിനെ പിൻതള്ളുകയും ചെയ്യുന്നു. താനായിരിക്കുന്ന സാഹചര്യങ്ങളുടെ പരിമിതികൾക്ക് വിധേയമാകാതെ സ്വയം ഉൽകൃഷ്ടതയിലേക്ക് പ്രയാണം ചെയ്യുന്നതാണ് യഥാർഥ സ്വാതന്ത്ര്യത്തിന്റെ മൗലികലക്ഷണം. 'സ്വാതന്ത്ര്യം, വിധി' ഈ ധ്രുവങ്ങളുടെ മധ്യത്തിൽ മനുഷ്യൻ കൈവരിക്കുന്ന ഈ അതീതവൽക്കരണം (Transcendence) ഒരിക്കലും സമ്പൂർണമായിരിക്കുകയില്ല. ഭൂതകാലത്തിന്റെയും വർത്തമാനകാലത്തിന്റെയും സ്വാധീനം ഇതിനെ സമഗ്രമായി ബാധിച്ചിരിക്കുന്നു. എങ്കിൽത്തന്നെ മനുഷ്യൻ സ്വയം ആർജിക്കുന്ന ആ അതീതവൽക്കരണത്തിൽ ഗുണപരമായ ഒരു നവീനത ഉണ്ടായിരിക്കും. അവൻ സ്വയം ആയിരി

1 അല്ലാഹുവിന്റെ നിയമശാസനകൾ

ക്കുന്ന അവസ്ഥയുടെ പരിമിതികളെ അതിലംഘിക്കാനുമുള്ള ഈ കഴിവാണ് സ്വാതന്ത്ര്യത്തിന്റെ അടിസ്ഥാനഘടകം. അതിനാൽ ഏതെങ്കിലും ഒരു പ്രത്യേക ചരിത്ര സാഹചര്യം മറ്റൊരു ചരിത്രസാഹചര്യത്താൽ നിർണയിക്കപ്പെടുന്നതല്ല. ഒന്നിൽനിന്ന് മറ്റൊന്നിലേക്കുള്ള പരിവർത്തനം മനുഷ്യകേന്ദ്രീകൃതമായ സ്വാതന്ത്ര്യത്തിലൂന്നിക്കൊണ്ട് മാത്രമേ സംഭവിക്കൂ. സ്വാതന്ത്ര്യം, വിധി ഈ രണ്ട് ധ്രുവങ്ങളും പൂർണമല്ല (Absolute) ഭൂതം, വർത്തമാനം ഇവയുടെ സമഗ്രതയാണ് ഈ ധ്രുവങ്ങളെ രൂപപ്പെടുത്തുന്നത്. എങ്കിൽത്തന്നെ ഗുണപരമായി പല പുതുമകളേയും ഉൽപ്പാദിപ്പിക്കാൻ ഈ ധ്രുവങ്ങൾക്ക് കഴിയുന്നുണ്ട്.

ഇസ്ലാമിന്റെ പ്രവാചകനായ മുഹമ്മദ് പ്രായമെത്തിയപ്പോൾ; തീവ്രമായ, അസ്വസ്ഥത സൃഷ്ടിക്കുന്ന ഒരു സാഹചര്യമാണ് മക്കയിൽ കണ്ടത്. അക്കാലത്ത് ഉദാത്തമായ സ്വഭാവമഹിമകളുണ്ടായിരുന്ന പ്രവാചകൻ വിശ്വസ്തൻ (അൽ അമീൻ) എന്ന അപരനാമധേയം നേടിയിരുന്നു. മക്കയിലെ ഗുരുതരമായ സ്ഥിതിവിശേഷങ്ങൾക്ക് പരിഹാരം ആരാഞ്ഞ പ്രവാചകന്റെ മനസ്സ് അസ്വസ്ഥമായി. പരിഹാരം തേടിയ അദ്ദേഹം ഹീറാഗുഹയിലെ ഏകാന്തതയിലേക്ക് പിൻവാങ്ങി. ഗുഹയിലെ അനേകസംവത്സരങ്ങൾ നീണ്ടുനിന്ന ധ്യാനത്തെത്തുടർന്നാണ് ഇസ്ലാമിന്റെ പ്രവാചകൻ എന്ന നിലയിൽ മുഹമ്മദ് പ്രത്യക്ഷപ്പെടുന്നത്. മുഹമ്മദിനുണ്ടായ വെളിപാട് നിശ്ചയമായും മതപരമായിരുന്നെങ്കിൽ തന്നെയും നിലവിലിരുന്ന ചരിത്രസാഹചര്യത്തെ തള്ളിക്കളയുന്ന ഒന്നായിരുന്നില്ല. *ഖുർആന്റെ* ആദ്യവാചകങ്ങൾതന്നെ മക്കയിൽ അന്ന് നിലവിലിരുന്ന ഗുരുതരമായ സാഹചര്യങ്ങളെ വെളിപ്പെടുത്തുന്നവയായിരുന്നു. മക്കയിൽ അന്നുണ്ടായിരുന്ന സാഹചര്യം എന്തായിരുന്നു?

5–ാം നൂറ്റാണ്ടിലെ ഒരു പ്രമുഖ വ്യാപാരകേന്ദ്രമായി മക്ക വികസിക്കുകയായിരുന്നു.അറേബ്യയുടെ തെക്കൻഭാഗങ്ങളിൽനിന്ന് വടക്കുഭാഗത്തേക്ക് സുഗന്ധവ്യഞ്ജനങ്ങൾ കൊണ്ടുപോകുന്ന മാർഗം മക്കയിലൂടെ ആയിരുന്നു. മധ്യധരണിആഴിയിലേക്കും, പേർഷ്യൻ ഗൾഫിലേക്കും ജിദ്ദയിലൂടെ ചെങ്കടലിലേക്കും ആഫ്രിക്കയുൾപ്പെടെ പുറംലോകത്തേക്കും നയിക്കുന്ന സമുദ്രമാർഗങ്ങളും മക്കയ്ക്ക് സമീപം ഉണ്ടായിരുന്നു. അന്തർദേശീയ പ്രാധാന്യമുള്ള ഒരു താവളമായിരുന്നു മക്ക. വ്യാപാരകാര്യങ്ങളിലുണ്ടായ ഈ അഭിവൃദ്ധി ഒരു പുതിയ ജീവിതശൈലിക്ക് രൂപം കൊടുത്തു. വ്യാപാരതാൽപ്പര്യം സമൂഹത്തിന്റെ വീക്ഷണങ്ങളെ ഒരു പ്രത്യേകദിശയിലേക്ക് തിരിച്ചു വിടുകയായിരുന്നു. ഗോത്രവർഗപാരമ്പര്യങ്ങളിലും വീക്ഷണങ്ങളിലും അടിയുറച്ചിരുന്ന അറേബ്യൻ സമൂഹത്തിന്റെ മൂല്യസങ്കൽപ്പം ഈ മാറ്റങ്ങളോട് പൊരുത്തപ്പെടുന്നതായിരുന്നില്ല.

മക്കയ്ക്കു ചുറ്റുമുള്ള മരുഭൂമികളിലെ താമസക്കാരായിരുന്ന ബെദൂവിയൻ വംശജർ മക്കയിലേക്കു കുടിയേറിപ്പാർത്തു. ഗോത്രവർഗ വീക്ഷണങ്ങൾ വെച്ചുപുലർത്തിയിരുന്ന ബെദൂവിയൻ വംശജർ ഗോത്രവർഗ

സദാചാരം തുടർന്നുകാണണമെന്നാഗ്രഹിച്ചിരുന്നവരാണ്. യുഗങ്ങളായി തങ്ങളനുവർത്തിച്ചുപോന്ന ഗോത്രവർഗാചാരങ്ങളല്ലാതെ മറ്റൊന്നും അനുഷ്ഠിക്കാൻ അവർ തയ്യാറായില്ല. ഒരു സ്ഥലത്തും സ്ഥിരവാസം ഉറപ്പിച്ചിട്ടില്ലാത്തവരായിരുന്നതിനാൽ ഈ ഗോത്രവംശജർക്ക് കന്നുകാലികളും ആയുധങ്ങളും ഒഴിച്ച് മറ്റു സ്വകാര്യസ്വത്തുക്കളൊന്നും ഉണ്ടായിരുന്നില്ല. നാണയ വ്യവസ്ഥ അടിസ്ഥാനമാക്കിയ ഒരു സമ്പദ്വ്യവസ്ഥ രൂപപ്പെട്ടിരുന്നില്ലെന്നതിനാൽ സമ്പത്തിന്റെ കേന്ദ്രീകരണം എന്ന പ്രശ്നം ആവിർഭവിച്ചിരുന്നതേയില്ല.

ഉൽപ്പന്നങ്ങളുടെ കൈമാറ്റാടിസ്ഥാനത്തിൽ രൂപപ്പെട്ടിരുന്ന ഈ വ്യാപാരസമൂഹത്തിൽ നാണയം അടിസ്ഥാനമാക്കിയിട്ടുള്ള ഒരു സമ്പദ്വ്യവസ്ഥ രൂപമെടുക്കുന്നുണ്ടായിരുന്നു. ഇതിൽനിന്ന് പ്രബലമായിക്കൊണ്ടിരുന്ന വ്യാപാരസമൂഹത്തിന്റെ മൂല്യങ്ങൾ ഗോത്രവർഗമൂല്യങ്ങളുമായി ഏറ്റുമുട്ടലുകൾക്ക് വഴിയൊരുക്കി. മക്കയേ കേന്ദ്രീകരിച്ച് വളർന്നുവന്ന അധാർമികതകൾ ഈ സംഘർഷത്തിൽ നിന്ന് രൂപപ്പെട്ടതാണ്. അതിവേഗം വികാസം പ്രാപിച്ചുകൊണ്ടിരുന്ന വ്യാപാര ഏർപ്പാടിൽനിന്നും വിവിധ ഗോത്രങ്ങളിൽപ്പെട്ട ഒട്ടേറെ വ്യക്തികൾ വൻതോതിൽ ലാഭം സ്വരൂക്കൂട്ടുകയും വർധിച്ച സമ്പത്തിന് ഉടമസ്ഥരായിത്തീരുകയും ചെയ്തു. ഇവർ ഗോത്രാന്തര വ്യാപാരശൃംഖലകൾ സ്ഥാപിച്ചു. ഇവരുമായിട്ടുള്ള മത്സരത്തിൽ പുറന്തള്ളപ്പെട്ട സമൂഹങ്ങൾ പ്രായേണ ദരിദ്രരായി മാറി. പിന്നീട് അവർ നീതിമാന്മാരുടെ സംഘം എന്ന പേരിൽ ഒരു പ്രത്യേക സംഘടനതന്നെ രൂപീകരിക്കുകയുണ്ടായി.

പ്രവാചകനായ മുഹമ്മദ്നബി ഈ സംഘടനയുമായി ബന്ധപ്പെട്ടാണ് പ്രവർത്തിച്ചിരുന്നത്. തനിക്കീ സംഘടനയുമായുള്ള ബന്ധത്തിൽ അദ്ദേഹം അഭിമാനം കൊണ്ടിരുന്നു. ഈ സംഘത്തിന്റെ രൂപീകരണത്തെക്കുറിച്ച് പലതരത്തിലുള്ള വിശദീകരണങ്ങളും ഉണ്ടായിട്ടുണ്ട്. മോണ്ട്ഗോവറിവാട്ട്മാൻ ഇങ്ങനെ രേഖപ്പെടുത്തിയിരിക്കുന്നു. 'നീതിമാന്മാരുടെ സഖ്യം' എന്ന് നമുക്ക് വിളിക്കാവുന്ന തരത്തിലുള്ള ഗോത്രബന്ധങ്ങളാണ് ഇവർ പുലർത്തിയിരുന്നത്. ഇതിന്റെ രൂപീകരണവേളയിൽത്തന്നെ മുഹമ്മദ് ഇതിൽ പങ്കെടുത്തിരുന്നു. തന്റെ പിൽക്കാല ജീവിതത്തിൽ അദ്ദേഹം ഈ സംഘത്തിന്റെ ആദർശങ്ങളെ ശ്ലാഘിക്കുകയുണ്ടായി. വ്യാപാരകാര്യങ്ങളിൽ സത്യസന്ധതയും ആർജവവും പുലർത്തേണ്ടതിന്റെ ആവശ്യം ഉയർത്തിപ്പിടിച്ചിരുന്ന ഇവർ യമീനെറ്റ് (യമനികളായ?) വ്യാപാരികളെ മക്കയിലെ ചന്തയിൽ പ്രവേശിപ്പിക്കാതിരുന്ന നടപടിയെ എതിർത്തു.

മക്കയിലെ വ്യാപാര സമൂഹത്തെ ചുറ്റിപ്പറ്റിത്തന്നെ, ദരിദ്രരും ദുർബലരും അഗതികളും അനാഥരുമായ ധാരാളം ആളുകൾ ഉണ്ടായിരുന്നു. പഴയ ഗോത്രസമൂഹത്തിൽ ഇത്തരക്കാരുടെ സംരക്ഷണത്തിന് പ്രത്യേകം ഏർപ്പാടുണ്ടായിരുന്നു. ഗോത്രസമൂഹത്തിന്റെ തകർച്ച സാമൂഹ്യസംഘർഷത്തിന് ആക്കംകൂട്ടി. H A R ഗീബ് ഇങ്ങനെ എഴുതുന്നു:

മക്കയുടെ സമ്പൽസമൃദ്ധിക്ക് പിന്നിൽ മറ്റൊരു ഇരുണ്ടവശം ഉണ്ട്. ഒരു സമ്പന്ന സമൂഹത്തിന് സ്വാഭാവികമായുണ്ടായിരുന്ന സർവ തിന്മകളും അവിടെ നടമാടിയിരുന്നു. അതീവ സമ്പത്തിന്റെ മധ്യത്തിലും ദാരിദ്ര്യം അനുഭവിച്ചിരുന്ന അടിമകളും കൂലിപ്പണിക്കാരും അധോലോകവൃത്തങ്ങളും അടങ്ങുന്ന അടിത്തട്ടുകാർ മുഹമ്മദിന്റെ ശ്രദ്ധയിൽപ്പെട്ടിരുന്നു. അവരുടെ മോചനം ലക്ഷ്യമാക്കിയാണ് അദ്ദേഹം കർക്കശമായ പല നിലപാടുകളും സ്വീകരിച്ചിരുന്നത്.

എ പി പെട്രോവ്സ്കി മക്കയിലെ വ്യാപാരകുത്തകയെക്കുറിച്ച് ഇപ്രകാരം രേഖപ്പെടുത്തിയിരിക്കുന്നു. ക്രിസ്ത്യൻ കലണ്ടറിന്റെ ഉത്ഭവകാലത്ത് അറേബ്യയിലെ ഖുറൈശികളെന്ന ഗോത്രവിഭാഗം മക്കയിൽ സ്ഥിരതാമസമാക്കി. മക്കാ നഗരത്തിന്റെ ഓരോ കോണിലും ഖുറൈശിവംശത്തിലെ ഓരോ ഗോത്രങ്ങൾ വാസമുറപ്പിച്ചിരുന്നു. നഗരത്തിലെ സാമൂഹ്യവും ആഭ്യന്തരവുമായ വ്യാപാരത്തിന്റെ കുത്തക ഇവർതന്നെ കൈയടക്കിയിരുന്നതിനാൽ അവരുടെ സമ്പന്നതക്കെന്നതുപോലെ ഇതര വിഭാഗങ്ങളുടെ ദാരിദ്ര്യത്തിനും കാരണമായി. ഖുറൈശി വംശത്തിൽ ധാരാളം സമ്പന്ന കുടുംബങ്ങൾ ശക്തിപ്പെട്ടുവന്നു.

നേരത്തെ ചൂണ്ടിക്കാട്ടിയതുപോലെ ഏതൊരു മതവും ദൈവികവെളിപാട് അവകാശപ്പെടുമെങ്കിലും അതിന്റെ ഉത്ഭവകാലത്തെ അടയാളങ്ങൾ പ്രകടിപ്പിക്കാറില്ല. *ഖുർആനിൽ* പ്രകടമാക്കിയിരിക്കുന്ന ഇസ്ലാമിക് തത്വങ്ങൾക്കും മേൽപ്പറഞ്ഞ സംഗതി ബാധകമാണ്. സമൂഹം എപ്പോഴൊക്കെ ധാർമികാധഃപതനത്തിലാഴുന്നുവോ അപ്പോഴൊക്കെ ദൈവം ഒരു വഴികാട്ടിയെ അല്ലെങ്കിൽ മുന്നറിയിപ്പുകാരനെ അയക്കുമെന്ന് *ഖുർആൻ* പറയുന്നു. അറേബ്യയിലെ ജനങ്ങൾ സമ്പത്തിൽമാത്രം കേന്ദ്രീകരിക്കുക വഴി സാമൂഹ്യവും ധാർമികവുമായ പ്രതിസന്ധിയിൽ അകപ്പെട്ടുപോയപ്പോൾ അവരെ അതിൽനിന്ന് കരകയറ്റാൻ ദൈവികമായി തിരഞ്ഞെടുക്കപ്പെട്ട ഒരുപകരണമായിരുന്നു – പ്രവാചകനായ മുഹമ്മദ്. മക്കയിലെ സാമൂഹ്യാന്തരീക്ഷത്തിൽ ഇസ്ലാം ആവിർഭവിച്ചത് ഒരു മതമെന്ന നിലയ്ക്കായിരുന്നെങ്കിൽകൂടി ആഴമേറിയ സാമൂഹ്യസാമ്പത്തിക മാനങ്ങളുള്ള ഒരു വിപ്ലവപ്രസ്ഥാനം എന്ന നിലയിൽക്കൂടി അത് വർത്തിക്കുകയുണ്ടായി., മറ്റുരീതിയിൽ പറഞ്ഞാൽ മക്കയിലെ കുത്തകകൾക്ക് ഒരു ഭീഷണിയായിരുന്നു ഇസ്ലാമിന്റെ ആവിർഭാവം.

മക്കയിലെ സമ്പന്നരായ വ്യാപാരികൾ പ്രവാചകന്റെ മതസന്ദേശത്തെ എതിർത്തില്ല. എന്തെന്നാൽ ഏക ദൈവത്തെമാത്രം ആരാധിക്കുക എന്ന മതതത്വം അവരെ ഒരു തരത്തിലും ശല്യപ്പെടുത്തുന്നതായിരുന്നില്ല. അവരെ ശല്യപ്പെടുത്തിയത് പ്രവാചകന്റെ പ്രബോധനങ്ങളിലെ സാമൂഹ്യ സാമ്പത്തിക ഘടകങ്ങളാണ്. ശക്തമായ സ്ഥാപിത താൽപ്പര്യങ്ങൾ അക്കാലത്ത് രൂപപ്പെട്ടിരുന്നു. സമ്പത്താർജിക്കുക എന്ന ത്വര അതുവരെ ആരാലും ചോദ്യം ചെയ്യപ്പെട്ടിരുന്നില്ല.

പ്രവാചകന്റെ വാക്കുകൾ തങ്ങളുടെ താൽപ്പര്യങ്ങളെ അപകടപ്പെ

ടുത്തുമെന്നവർ മനസിലാക്കി. *ഖുർആൻ* വചനങ്ങൾ സ്വത്ത് ആർജിക്കലിനെ ശക്തമായ ഭാഷയിൽ അപലപിക്കുന്നു. ധനം ശേഖരിക്കുകയും എന്നിട്ട് അത് എണ്ണിയെണ്ണിക്കൊണ്ടിരിക്കുകയും ചെയ്യുന്നവന് കഷ്ടം ...തന്റെ ധനം അവനെ ശാശ്വതമായി ജീവിപ്പിക്കുമെന്ന് അവൻ വിചാരിക്കുന്നു. എന്നാൽ അവൻ *ഹുത്ത്മ*ത്തി[1]ലേക്ക് എറിയപ്പെടുകതന്നെ ചെയ്യും. (*ഖുർആൻ*, അധ്യായം 104:1–4)

ഇസ്ലാം ഒരു മതമെന്നതിനേക്കാൾ സാമൂഹ്യവിപ്ലവം ലക്ഷ്യമാക്കിയുള്ള ശക്തമായ സന്ദേശമാണ്. സ്ഥാപിത താൽപ്പര്യങ്ങൾക്ക് അത് ശക്തമായ ഭീഷണിയുയർത്തുന്നു. *ഖുർആൻ* സലാത്തിനും (സലാത്ത് -പ്രാർഥന (നമസ്കാരം) സക്കാത്തിനും (നിർബന്ധദാനം) തുല്യപ്രധാന്യമാണ് കൊടുക്കുന്നത്. സക്കാത്തിനെക്കുറിച്ചുള്ള പരാമർശം കൂടാതെ സലാത്തിനെ (പ്രാർഥന) ക്കുറിച്ച് പരാമർശിക്കുന്നതേയില്ലെന്നും കാണാം. *ഖുർആൻ* അർഥമാക്കുന്ന പ്രകാരം സക്കാത്ത് അഗതികൾക്കും അനാഥർക്കും വേണ്ടി ചെലവഴിക്കേണ്ട തുകയാണ്. അക്കാലത്ത് അറേബ്യയെ സംബന്ധിച്ചിടത്തോളം വളരെ വിപ്ലവകരമായ പ്രാധാന്യം ഈ ഉൽബോധനത്തിനുണ്ടെന്ന് കാണണം. സ്ഥാപിത താൽപ്പര്യങ്ങൾക്ക് ഇവയൊന്നും ഉൾക്കൊള്ളാൻ കഴിഞ്ഞില്ല. അതാണ് പ്രവാചകനെതിരെ സംഘം ചേരാനും ഗൂഢാലോചന നടത്താനും അവരൊത്തുചേർന്നത്.

സാമൂഹ്യശക്തികളുടെ ധ്രുവീകരണത്തിന് വഴിയൊരുക്കിയെന്നതാണ് ഇസ്ലാമിക അധ്യാപനങ്ങളുടെ വിപ്ലവകരമായ പ്രസക്തി. അടിമകളും അഗതികളും, വ്യാപാരകാര്യങ്ങളിലും മറ്റും പുറം തള്ളപ്പെട്ടുപോയ പാവങ്ങളും അവരോടൊപ്പം അണിനിരന്നു. സാമൂഹ്യമാറ്റത്തിൽ തൽപ്പരരായ യുവതീവ്രവാദികളും പ്രവാചകന് പിന്തുണ പ്രഖ്യാപിച്ചു. പ്രവാചകന്റെ സന്ദേശത്തെ അവിശ്വസിച്ചിരുന്നവരെയാണ് കാഫിറുകൾ (അവിശ്വാസികൾ) എന്ന് സംബോധന ചെയ്തിരിക്കുന്നത്. അവർക്ക് അവരുടേതായ സ്ഥാപിതതാൽപ്പര്യങ്ങളുണ്ടായിരുന്നു. *ഖുർആനിൽ* ഇത് വ്യക്തമായി സൂചിപ്പിക്കുന്നുണ്ട്. ഓരോ പട്ടണത്തിലും അയയ്ക്കപ്പെടുന്ന പ്രവാചകന്മാരിൽ ഒരാളെപ്പോലും അവിടത്തെ സമ്പന്നന്മാർ അംഗീകരിക്കുന്നില്ല. (*ഖുർആൻ* 34:34) ഇത്തരം സമ്പന്നന്മാർക്ക് *ഖുർആൻ* താക്കീത് നൽകുന്നു. "നിങ്ങളുടെ ധനവും സന്താനങ്ങളും നിങ്ങളെ നമ്മുടെ അടുക്കലേക്ക് അടുപ്പിക്കാനുള്ള മാർഗങ്ങളല്ല.എന്നാൽ സത്യത്തിൽ വിശ്വസിക്കുകയും സൽക്കർമങ്ങൾ ആചരിക്കുകയും ചെയ്തവർ അങ്ങനെയല്ലത്ര അവർ നമ്മുടെ സാമീപ്യം സിദ്ധിക്കാൻ അവകാശപ്പെട്ടവരാണ്. (*ഖുർആൻ* 34:37) യഥാർഥ അവിശ്വാസികൾ അഥവാ കാഫിറുകൾ അന്യായമാർഗങ്ങളിലൂടെ സ്വത്ത് സമ്പാദിക്കുന്നവരും സമൂഹത്തിൽ അനീതി പ്രവർത്തിക്കുന്നവരുമാണ് എന്ന വസ്തുത *ഖുർആൻ* ആവർത്തിച്ച് വ്യക്തമാക്കുന്നുണ്ട്. ഇസ്ലാമിക പാഠങ്ങളുടെ വളരെ പ്രധാ

1 നരകം

നപ്പെട്ട ഒരു ഭാഗം സമ്പദ്‌വ്യവസ്ഥയെ കേന്ദ്രീകരിക്കുന്നതാണ്.

അന്തർദേശീയതലത്തിലുള്ള വ്യാപാരവികസനം വഴി നബിയുടെ കാലത്തെ മെക്ക സാമൂഹ്യവിപ്ലവത്തിന്റെ കേന്ദ്രസ്ഥാനത്തെത്തിയിരുന്നു. ഭൗതികവും ആത്മീയവുമായി ആ സമൂഹത്തെ മുന്നോട്ട് നയിക്കാൻ ഇസ്ലാമിന്റെ ഉദയം വരെയും മറ്റൊരു നേതാവും മുന്നോട്ട് വന്നിരുന്നില്ല. പ്രവാചകനായ മുഹമ്മദ് ആണ് ഈ വഴിക്കാദ്യം പ്രത്യക്ഷപ്പെടുന്നത്. ഇസ്ലാമിനെക്കുറിച്ച് ഗൗരവമായ പഠനം നടത്തുന്ന ആരും ഒരു കാരണവശാലും അവഗണിക്കാൻ പാടില്ലാത്ത ഒരു വസ്തുതയാണിത്. ഇസ്ലാമിന്റെ പ്രവാചകന്റെ വിപ്ലവകരമായ ദർശനങ്ങൾ മെക്കയിലെ സാമൂഹ്യസാഹചര്യങ്ങൾക്ക് മാത്രമല്ല മുഴുവൻ ലോകത്തിനും അനുയോജ്യമായ ഒരു വിപ്ലവദർശനമായിട്ടാണ് അദ്ദേഹം രൂപപ്പെടുത്തിയത്. ഈ വസ്തുത അൽപ്പംകൂടി വിശദമായി നമുക്ക് പരിശോധിക്കേണ്ടതുണ്ട്. ഇസ്ലാമിക ലോകത്തിൽ പൊതുവേയും പാകിസ്ഥാനിൽ പ്രത്യേകിച്ചും ഇന്ന് നടക്കുന്ന അസ്വസ്ഥതകളെ വിശകലനം ചെയ്യണമെങ്കിൽ ഈ പരിശോധനകൂടിയേ കഴിയൂ.

മുഹമ്മദ് അഹമ്മദ് കലാഫ് അള്ള (Muhammad Ahmad Khalaf Allah) ശരിക്കും ചൂണ്ടിക്കാട്ടിയതുപോലെ തന്റെ കാലത്തെ സാമൂഹ്യഘടനയിൽ മാറ്റം വരുത്താനുള്ള ലക്ഷ്യത്തോടെ വാക്കുകൊണ്ടും പ്രവൃത്തികൾകൊണ്ടും തീവ്രമായി പരിശ്രമിച്ച ഒരു വിപ്ലവകാരിയായിരുന്നു ഇസ്ലാമിന്റെ പ്രവാചകൻ. സ്വന്തം നഗരത്തിലെ ധനാഢ്യന്മാർ നയിച്ചിരുന്ന എല്ലാ സ്ഥാപനങ്ങളേയും അദ്ദേഹം അവഗണിച്ചിരുന്നു. ലാ ഇല്ലാഹ ഇല്ലല്ലാഹു (അല്ലാഹു അല്ലാതെ വേറെ ദൈവം [ആരാധ്യൻ] ഇല്ല) എന്ന അദ്ദേഹത്തിന്റെ സമവാക്യം പോലും അന്നത്തെ സാമൂഹ്യ സാമ്പത്തിക സാഹചര്യങ്ങളിൽ വിപ്ലവകരമായിരുന്നു. ഇലാഹ് = ആരാധ്യൻ എന്ന വാക്ക് ശ്രദ്ധേയം ഇവിടെ. ഏതൊരു വിപ്ലവകാരിയും ആദ്യം ചെയ്യേണ്ടത് പകരം ഏർപ്പാട് കണ്ടെത്തുന്നതിന് മുമ്പുതന്നെ തന്റെ മുന്നിലുള്ള സംഘടിതമായ അധികാരസ്ഥാപനങ്ങളെ നിഷേധിക്കുകയാണ്.

മെക്കയിലെ അവിശ്വാസികൾ നബിക്കെതിരെ ക്രോധംപൂണ്ടത് വിഗ്രഹാരാധനക്കെതിരെ നബി നടത്തിയ പ്രബോധനങ്ങളുടെ പേരിൽ മാത്രമായിരുന്നില്ല. പിന്നെയോ അദ്ദേഹം നടത്തിയ വിപ്ലവപ്രബോധനങ്ങളുടെ പേരിലായിരുന്നു. അദ്ദേഹത്തിന്റെ മുഖ്യ എതിരാളികളെല്ലാം തന്നെ സമ്പന്ന വിഭാഗത്തിൽപ്പെട്ടവരായിരുന്നു. മുഹമ്മദ് നബിയും അനുയായികളും ഉയർത്തിയ ഭീഷണി അത്ര ഗുരുതരമായിരുന്നു. അതിനാൽതന്നെ ശത്രുക്കൾ അവരെ ഉന്മൂലനം ചെയ്യാൻ ആവുന്ന വഴികളെല്ലാം നോക്കി. ഈ സാഹചര്യത്തിലാണ് നബി തന്റെ അനുയായികളോട് മദീനയിലേക്ക് രക്ഷപ്പെടാൻ ആഹ്വാനം ചെയ്തത്. അനുയായികളിൽ ഒരു വിഭാഗം നേരത്തെ എത്യോപ്യയിലേക്ക് കുടിയേറിപ്പാർത്തിരുന്നു.

ഇസ്ലാമിന്റെ പ്രവാചകൻ ദൈവനിയോഗപ്രകാരം ചൂഷണവിമു

ക്തവും നീതിപൂർണവുമായ ഒരു ബദൽ സാമൂഹ്യവ്യവസ്ഥയുടെ രൂപ രേഖ മുന്നോട്ട് വയ്ക്കുകയാണ് ചെയ്തത്. *ഖുർആൻ* മുന്നോട്ട് വയ്ക്കുന്ന പ്രമാണങ്ങൾ മുഖ്യമായും ദൈവശാസ്ത്രപരമാണ്. അല്ലാതെ സാമൂഹ്യശാസ്ത്രപരമല്ല. പ്രവാചകന്റെ കാലത്തെ ചിന്താസമ്പ്രദായം അനുസരിച്ച് നോക്കുമ്പോൾ ഈ പ്രമാണങ്ങളിൽ പ്രകടമാകുന്ന സാമൂഹ്യശാസ്ത്രവീക്ഷണത്തെ ആർക്കും അവഗണിക്കാനാവില്ല. ധനികരുടെ കൈയിൽ കേന്ദ്രീകരിച്ചിരിക്കുന്ന അധികം സ്വത്ത് ദുർബലവിഭാഗക്കാരുടെയിടയിൽ വിതരണം ചെയ്ത് ദൈവികമാർഗത്തിൽ ചെലവഴിക്കുന്നതിന് പകരം സ്വർണവും വെള്ളിയും മറ്റും സംഭരിച്ചു വെയ്ക്കുന്നവരെ *ഖുർആൻ* താക്കീത് ചെയ്യുന്നു. അവർക്ക് വരാൻ പോകുന്ന ശിക്ഷാവിധിയെക്കുറിച്ച് മുന്നറിയിപ്പ് നൽകാൻ അല്ലാഹു നബിയെ ഉൽബോധിപ്പിച്ചിരുന്നു. *ഖുർആൻ* 9:34ൽ ഇപ്രകാരം കാണുന്നു. സത്യവിശ്വാസികളെ, മതപണ്ഡിതന്മാരിലും സന്യാസികളിലും അധികമാളുകളും മനുഷ്യരുടെ ധനം, ന്യായരഹിതമാർഗത്തിലൂടെ കരസ്ഥമാക്കിത്തിന്നുകയും ആ ഉദ്ദേശ്യസാധ്യത്തിന് അല്ലാഹുവിന്റെ മാർഗത്തിൽനിന്ന് ജനങ്ങളെ തടയുകയും ചെയ്യുന്നുവത്രെ. സ്വർണവും വെള്ളിയും സംഭരിച്ചുവെക്കുകയും ദൈവികമാർഗത്തിൽ അത് ചെലവഴിക്കാതിരിക്കുകയും ചെയ്യുന്നവർക്ക് വേദനാജനകമായ ശിക്ഷയുണ്ടാകുമെന്ന വാർത്ത അറിയിക്കുക അന്ന് നിലവിലിരുന്ന സമ്പദ്‌വ്യവസ്ഥ പ്രകാരം ദുർബലവിഭാഗത്തിന്റെ സംരക്ഷണം ഉറപ്പുവരുത്താനുള്ള ഏകമാർഗം അവരെ സംരക്ഷിക്കേണ്ട ബാധ്യത സമ്പന്നർക്കുണ്ടെന്നു ഉൽബോധിപ്പിക്കുകയായിരുന്നു.

മതപരമായ ധാരണകളിൽ അടിയുറച്ചുനിന്നുകൊണ്ടുള്ള ഒരു സാമൂഹ്യവിപ്ലവം ലക്ഷ്യമാക്കുമ്പോൾ മതപരമായ സംജ്ഞകൾതന്നെ ഉപയോഗിക്കണമെന്ന കാര്യം പ്രത്യേകം ഓർമിക്കേണ്ടതാണ്. അധികം വരുന്ന സ്വത്തുക്കൾ ദൈവമാർഗത്തിൽ ചെലവഴിക്കുക എന്ന ദൈവശാസ്ത്രപരമായ ഉൽബോധനം ആധുനിക സമ്പദ്ശാസ്ത്രത്തിന്റെയും രാഷ്ട്രമീമാംസയുടെയും സാമൂഹ്യശാസ്ത്രത്തിന്റെയും സംജ്ഞാവലികൾക്കനുസൃതമായി പുനരാഖ്യാനം ചെയ്താലേ *ഖുർആനി*ലെ പ്രബോധനങ്ങളുടെ സത്ത ഉൾക്കൊള്ളാനാകൂ. അങ്ങനെ വരുമ്പോൾ സ്വത്തുക്കൾ ദൈവമാർഗത്തിൽ ചെലവഴിക്കുക എന്ന *ഖുർആൻ* വചനത്തിന്റെ ഇന്നത്തെ അർഥം സ്വത്ത് പൊതുഉടമസ്ഥതയിലാക്കുക, സമ്പത്തിന്റെ നീതിപൂർവമായ വിതരണം ഉറപ്പുവരുത്തുക എന്നായി മാറുന്നു.

ചരിത്രത്തിന്റെ ചക്രം പിറകോട്ട് തിരിക്കാൻ പ്രവാചകൻ ഒരിക്കലും ആഗ്രഹിച്ചിരുന്നില്ല. അവിശ്വസ്തരും അമിത ലാഭേച്ഛുക്കളുമായ വ്യാപാരികളുടെ കുൽസിത മാർഗങ്ങളെ നിയന്ത്രിക്കുന്നതിന് അദ്ദേഹം പലതും ചെയ്തു. ഇബനേഹസാം എന്ന പ്രഗത്ഭ നിയമജ്ഞൻ ശരിയായ വാണിജ്യബന്ധത്തെക്കുറിച്ച് പറയുന്നത് ശ്രദ്ധിക്കുക.

> താൻ വിൽക്കുന്ന സാധനങ്ങളുടെ ഉള്ളടക്കം ഉൾപ്പെടെയുള്ള വിശദവിവരങ്ങൾ വാങ്ങിക്കുന്ന ആളിനറിയാമെങ്കിലും വിൽക്കുന്ന ആളിനറിവില്ലെങ്കിൽ അയാളത് വിൽക്കാൻ പാടില്ല. വാങ്ങിക്കുന്ന ആളിന് ചരക്കിനെക്കുറിച്ച് എന്ത് സംശയമുണ്ടെങ്കിലും അത് പരിഹരിച്ച് കൊടുക്കാൻ വിൽക്കുന്ന ആൾ ബാധ്യസ്ഥനാണ്.

സോഷ്യലിസ്റ്റ് രാജ്യങ്ങളിൽപ്പോലും ചില പ്രത്യേക സാഹചര്യങ്ങളിൽ ചൂഷണത്തിന് കാരണമാകാത്തിടത്തോളം തോതിൽ സ്വകാര്യ വ്യാപാരം അനുവദിച്ചിട്ടുണ്ട്. ഇത്തരം കാര്യങ്ങളെക്കുറിച്ച് ഒരുവൻ സിദ്ധാന്തങ്ങളിൽ കടുംപിടുത്തം നടത്തുന്നതിൽ കാര്യമില്ല. ഏറിയകൂറും ഇതൊക്കെ സാഹചര്യങ്ങളെ ആശ്രയിച്ചിരിക്കും. പ്രവാചകനാകട്ടെ തന്റെ ചുറ്റുപാടുകളെ ശരിക്കും മനസിലാക്കിയിരുന്നു. അദ്ദേഹത്തിന്റെ ആദർശങ്ങൾക്ക് ചരിത്രമാനങ്ങൾ ഉണ്ടായിരുന്നു. ഒരു സാമൂഹ്യവിപ്ലവവിജയം ജനങ്ങളുടെ ചരിത്രബോധത്തെ ആശ്രയിച്ചിരിക്കും എന്ന് അദ്ദേഹത്തിനറിയാമായിരുന്നു. പലിശ എന്ന് വിവർത്തനം ചെയ്തിരിക്കുന്ന 'റിബ' എന്ന *ഖുർആൻ* പ്രയോഗം വളരെ സൂക്ഷ്മമായി മനസിലാക്കേണ്ടതുണ്ട്. പലിശനിരോധിക്കുന്നതിന്റെ പിന്നിലുണ്ടായിരുന്ന ലക്ഷ്യം നിസ്സഹായരും ദരിദ്രരുമായ ജനതയെ ചൂഷണം ചെയ്യാനുള്ള പഴുതുകൾ അടയ്ക്കുക എന്നതായിരുന്നു. അല്ലാതെ എല്ലാത്തരത്തിലുമുള്ള ലാഭങ്ങളും ഇല്ലാതാക്കുകയായിരുന്നില്ല എന്ന് മനസിലാക്കണം.

ഖുർആൻ സാർവദേശീയ ആശയങ്ങൾ പ്രബോധിപ്പിക്കുമ്പോൾ തന്നെ പ്രാദേശിക സാഹചര്യങ്ങളെ അവഗണിക്കുന്നില്ല. യഥാർഥത്തിൽ *ഖുർആന്റെ* പ്രതിഭാസിക വിജയത്തിന്റെ രഹസ്യം തന്നെ ഇതാണ്. സൂക്ഷ്മമായ തരത്തിലുള്ള ഒരു വർഗവിവേചനം അക്കാലത്ത് ചിന്തിക്കാനാകുമായിരുന്നില്ല. ഉദാഹരണത്തിന് *ഖുർആൻ* അടിമത്തത്തെ അപലപിക്കുന്നുണ്ടെങ്കിലും അതിനെ നിരോധിക്കുന്നില്ല. മെക്കയുടെ സമ്പദ്‌വ്യവസ്ഥയുടെ സമഗ്രഭാഗമായിരുന്നില്ല അടിമത്തം.എങ്കിലും അതിന്റെ പ്രാധാന്യം അവഗണിക്കാവുന്നതായിരുന്നില്ല. അടിമത്തത്തിന്റെ സമ്പൂർണമായ നിരോധനം അപരിഹാര്യമായ പല പ്രശ്നങ്ങളും ഉണ്ടാക്കുമായിരുന്നു. മക്കയിൽനിന്നും മദീനയിൽനിന്നും പല പ്രമുഖവ്യക്തികളും ഇക്കാര്യത്തിൽ നബിക്ക് പിന്തുണ പ്രഖ്യാപിച്ചിരുന്നെങ്കിലും ഇസ്ലാമിന്റെ ആവിർഭാവകാലത്ത് സമ്പൂർണമായ അടിമത്ത നിരോധനം ഒരു തരത്തിലും പ്രായോഗികമല്ലായിരുന്നു. നബിയുടെ കാലശേഷമാകട്ടെ അടിമത്തം ദുർബലമാകുന്നതിന് പകരം ശക്തമാകുകയായിരുന്നു. ബൈസന്റൈൻ ആക്രമണത്തെ തുടർന്ന് ഇസ്ലാമിക് പ്രൊവിൻസുകളും ജന്മി നാടുവാഴി ഭരണത്തിന്റെ പിടിയിൽ അകപ്പെട്ടു കഴിഞ്ഞിരുന്നു. കഷ്ടിച്ച് മൂന്നു ദശകങ്ങൾ പിന്നിട്ടതോടെ ഇസ്ലാമിന് അതിന്റെ വിമോചന സ്വഭാവം നഷ്ടപ്പെട്ടിരുന്നു. നിയമപണ്ഡിതന്മാർക്ക് ശരീഅത്ത് നിയമങ്ങൾ ക്രോഡീകരിക്കുമ്പോൾ അഭിമുഖീകരിക്കേണ്ടിയിരുന്ന ചരിത്ര സാഹ

ചര്യം ഇതായിരുന്നു. ആദിമ ഇസ്ലാമിന്റെ വിപ്ലവകരവും വിമോചനപരവുമായ അംശങ്ങളെ വേണ്ടതുപോലെ കണക്കിലെടുക്കാൻ ഇവർക്ക് പോലും കഴിഞ്ഞിരുന്നില്ല എന്നാണിതെല്ലാം സൂചിപ്പിക്കുന്നത്.

സാന്ദർഭികവും സാഹചര്യപ്രസ്കതി മാത്രം ഉള്ളതുമായ പ്രബോധനങ്ങൾക്ക് സാർവദേശീയവും സാർവകാലകിവുമായ പ്രസക്തി കൊടുത്ത് വ്യാഖ്യാനിച്ചു എന്നതാണ് ഇസ്ലാമിക ദൈവശാസ്ത്രജ്ഞന്മാർ ഇസ്ലാമിന്റെ പുരോഗമനചരായയ്ക്ക് ഏൽപ്പിച്ച ഏറ്റവും വലിയ പരുക്ക്. പിന്നാലെവന്ന തലമുറ ഇവരെ അന്ധമായി പിൻതുടരുകയായിരുന്നു. അങ്ങനെയാണ് കർശനവും അയവില്ലാത്തുമായ ഇന്നത്തെ ശരിഅത്ത് സംഹിത രൂപപ്പെട്ടത്.

ദൈവത്തിന്റെ മുഖ്യധർമം 'റൂബുബിയ'[1] ആണെന്ന് ഇമാം റാഗീബ് അസ്ഫാനി പറയുന്നു. റൂബുബിയയെന്നാൽ പരിണാമത്തിന്റെ ഭിന്ന പടവുകളിലൂടെ തന്റെ സൃഷ്ടിജാലങ്ങളെ പൂർണതയിലേക്ക് നയിക്കുക എന്നാണർഥം. എന്നാൽ ഇന്നത്തെ ചില പണ്ഡിതന്മാരുടെ വ്യാഖ്യാന പ്രകാരം ദൈവികജ്ഞാനം ആയിരിക്കുന്നതും ആയിരിക്കേണ്ടതും തമ്മിൽ, യാഥാർഥ്യവും സങ്കൽപ്പവും തമ്മിൽ, നിത്യവും അനിത്യവും തമ്മിൽ സദാ സംഘർഷത്തിൽ ഏർപ്പെട്ടിരിക്കുകയാണെന്ന് വരും.

ഇസ്ലാമിലെ 'ജിഹാദ്'[2] എന്ന ആശയമാണ് വളരെക്കൂടുതൽ തെറ്റിദ്ധരിക്കപ്പെട്ടിരിക്കുന്നത്. അതിക്രമപ്രവർത്തനങ്ങൾ അനുവദിക്കപ്പെട്ടിരിക്കുന്നു എന്നാണ് ജിഹാദ് എന്നതുകൊണ്ടർഥമാക്കിയിരിക്കുന്നത് എന്ന് വിവരമില്ലാത്ത മുല്ലമാരും സങ്കുചിത ചിത്തരായ ഉലാമക്കളും[3] പ്രബുദ്ധരല്ലാത്ത സാമാന്യ മുസ്ലീങ്ങളും ധരിച്ചുവെച്ചിരിക്കുന്നു ഇസ്ലാമിന് അതിന്റെ ലക്ഷ്യങ്ങൾ നേടാൻ അതിക്രമപരമായ മാർഗങ്ങൾ അവലംബിക്കുന്നതിൽ തെറ്റൊന്നുമില്ലെന്നാണിവരുടെ ധാരണ. ബോധത്തിലുണ്ടാകേണ്ട വ്യതിയാനം കൊണ്ടല്ലാതെ വാളുകാട്ടിയും തോക്കുചൂണ്ടിയും പ്രചരിപ്പിക്കേണ്ട ഒന്നല്ല മതം. ഇസ്ലാമിന്റെ ഉത്ഭവം അനിവാര്യമാക്കിയ സാഹചര്യങ്ങളിലേക്ക് മടങ്ങിപ്പോയാൽ മാത്രമേ ഈ ആശയം സുവ്യക്തമാകൂ.

ഇസ്ലാമിന്റെ തുടക്കത്തിൽ മക്കയിൽ അധികാര സ്ഥാപനങ്ങളുടെ ഭാഗമായിരുന്ന സമ്പന്നരായ ഭൂരിപക്ഷം വരുന്ന വ്യാപാരസമൂഹത്തിന്റെ കുത്സിത പ്രവൃത്തികൾക്കെതിരെ ചെറുത്തുനിന്ന ഒരു ന്യൂനപക്ഷമായിരുന്നു തുടക്കത്തിൽ മുസ്ലീങ്ങൾ. മക്കയിലെ ഒരു ചെറിയസംഘം മുസ്ലീങ്ങൾ തങ്ങളുടെ എതിരാളികളായ മക്കയിലെ അറബികൾക്കെതിരേ ഒരു സായുധസമരം നടത്തുക എന്നത് അസംഭാവ്യമായിരുന്നു. അവർ സൗകര്യമായ സ്ഥലങ്ങളിലേക്ക് കുടിയേറ്റം നടത്തി സ്വന്തം സുരക്ഷി

1. പൂർണതയിലേക്ക് നയിക്കൽ.
2. ധർമസമരം.
3. പണ്ഡിതർ.

തത്വം ഉറപ്പുവരുത്തുകയാണ് ചെയ്തത്. ആദ്യത്തെ സംഘം പ്രവാചകന്റെ അനുവാദത്തോടെ എത്യോപ്യയിലേക്ക് കുടിയേറി. രണ്ടാമത്തെ സംഘം മദീനയിലേക്കാണ് കുടിയേറിയത്. പിന്നീട് പ്രവാചകനും അവരോടൊപ്പം ചേർന്നു. 'ഔസ' ഗോത്രത്തിലും കസ്റജ് ഗോത്ര[4]ത്തിലും പെട്ടവർ പ്രവാചകനോട് സഹകരിക്കുകയും അദ്ദേഹത്തിന്റെ സേനയ്ക്ക് ശക്തിപകരുകയും ചെയ്തു. മദീനയിൽ അതീവശക്തരായ ചില യഹൂദ ഗോത്ര വംശജർ[5] ഉണ്ടായിരുന്നു. അവിടത്തെ വിവിധ ഗോത്രങ്ങളുമായി പ്രവാചകൻ ഒരു ഒത്തുതീർപ്പുണ്ടാക്കി പരസ്പരൈക്യത്തിൽ വർത്തിക്കുന്ന ഒരു സമൂഹം പ്രവാചകനവിടെ ഉറപ്പുവരുത്തി.

മതം പ്രചരിപ്പിക്കാനുള്ള ഒരു യുദ്ധവും സ്വന്തം നിലനിൽപ്പിനുവേണ്ടിയുള്ള ഒരു യുദ്ധവും തമ്മിലുള്ള വ്യത്യാസം നമ്മളിവിടെ മനസിലാക്കേണ്ടതുണ്ട്. ആദ്യത്തെ തലത്തിൽ ഇസ്ലാം ഒരു യുദ്ധവും നടത്തിയില്ലെന്ന കാര്യം പ്രത്യേകം ശ്രദ്ധിക്കണം. ഈ വിഷയങ്ങളിൽ വിശുദ്ധ *ഖുർആൻ* വളരെ വ്യക്തമായ നിർദേശം നൽകുന്നുണ്ട്. മതത്തിൽ നിർബന്ധമൊന്നുമില്ല. അവിശ്വാസികളോട് നീ പറയുക നിങ്ങൾ ആരാധിക്കുന്ന ദൈവങ്ങളെ ഞാൻ ആരാധിക്കുന്നില്ല. ഞാൻ ആരാധിക്കുന്ന ദൈവങ്ങളെ നിങ്ങളും ആരാധിക്കുന്നില്ല. നിങ്ങളുടെ മതം (അതുകൊണ്ടുള്ളനേട്ടങ്ങൾ) നിങ്ങൾക്ക് ലഭിക്കും. എന്റെ മതം (അതുകൊണ്ടുള്ള നേട്ടങ്ങൾ) എനിക്ക് ലഭിക്കും. ഈ ഭാഗം എന്താണർഥമാക്കുന്നത്. മതവിശ്വാസത്തിന്റെ പേരിൽ ആരും ആരുടെമേലും യാതൊരു വിധ സമ്മർദങ്ങളുംചെലുത്തിക്കൂടാ എന്നതുതന്നെ. *ഖുർആൻ* അനുശാസിക്കുന്ന പ്രകാരം ദൈവംതെറ്റായ വഴികളിൽനിന്ന് ശരിയായ വഴി വേർതിരിച്ചിരിക്കുന്നു. "ശരിയും തെറ്റും വിവേചിച്ചറിയാനുള്ള സ്വാതന്ത്ര്യം ദൈവം മനുഷ്യർക്ക് നൽകിയിരിക്കുന്നു. സന്മാർഗം ദുർമാർഗവുമായി തികച്ചും വേർതിരിഞ്ഞുകഴിഞ്ഞിരിക്കുന്നു. അതുകൊണ്ട് വല്ലവനും പിശാചിനെ നിഷേധിക്കുകയും അല്ലാഹുവിൽ വിശ്വസിക്കുകയും ചെയ്തെങ്കിൽ അവൻ ബലമുള്ള ഒരു കയറിലാണ് പിടിച്ചിരിക്കുന്നത്. അതൊരിക്കലും മുറിഞ്ഞുപോവില്ല. അല്ലാഹു എല്ലാം കേൾക്കുന്നവനും അറിയുന്നവനുമാകുന്നു."

ഈ പറഞ്ഞതിന് വിപരീതമായി ആരെങ്കിലും ആക്രമിക്കപ്പെടുകയോ ദ്രോഹിക്കപ്പെടുകയോ ചെയ്തിട്ടുണ്ടെങ്കിൽ അത് വേറെ കാര്യം. ഇസ്ലാം അതിക്രമം അനുവദിച്ചിരിക്കുന്നത് സ്വന്തം നിലനിൽപ്പിനുവേണ്ടിമാത്രമാണ്. ഡോ. കാലാഫ് അല്ലാ പറയുന്നു: മുസ്ലീങ്ങൾ ഒരിക്കലും അവരുടെ ആധിപത്യം മറ്റുള്ളവരുമേൽ അടിച്ചേൽപ്പിക്കാനോ മറ്റുള്ളവ

4. ഔസ്ഗോത്രം മദീനയിലെ രണ്ട് പ്രധാനഗോത്രങ്ങൾ കസറാജ് ഗോത്രം.
5. യഹൂദഗോത്രം ഗോത്രപിതാവായ യാക്കോബിന്റെ പന്ത്രണ്ട് മക്കളിൽ ഒരുവൻ യഹൂദയുടെ പേരിൽ അറിയപ്പെട്ട ഗോത്രവിഭാഗം. യേശു ക്രിസ്തു ഈ ഗോത്രത്തിൽ ഉൾപ്പെട്ടിരുന്നു എന്ന് കരുതപ്പെടുന്നു.

രുടെ സ്വാതന്ത്ര്യം കവർന്നെടുക്കാനോ മറ്റുള്ളവരെ ഏതെങ്കിലും തരത്തിൽ പീഡിപ്പിക്കാനോ അന്യരുടെ രക്തം ചിന്താനോ പാടുള്ളതല്ല."

അദ്ദേഹം വീണ്ടും ഇമാം മുഹമ്മദിനെ ഉദ്ധരിക്കുന്നു. "ഒരുവനെ അയാളുടെ മതം ഉപേക്ഷിച്ച് മറ്റേതെങ്കിലും ഒരു പ്രത്യേക മതത്തെ പുണരാൻ പ്രേരിപ്പിക്കുന്നത് കുറ്റകരമാണ്. ഒരുവൻ സ്വന്തം മതത്തിൽ നിന്നോ ഭവനത്തിൽനിന്നോ ആട്ടിയോടിക്കപ്പെട്ടാൽ അവൻ ആ ഭീകരവാഴ്ചക്കെതിരെ പൊരുതണം. ഭീകരവാഴ്ചയ്ക്ക് കീഴ്പ്പെടുക എന്നാൽ അതിനെ പ്രോത്സാഹിപ്പിക്കുക എന്നാണർഥം. *ഖുർആന്റെ* ധർമശാസ്ത്രപ്രകാരം ദുർബലരെ സംരക്ഷിക്കേണ്ടത് വിശ്വാസികളുടെ കടമയാണ്. *ഖുർആൻ* പറയുന്നു. അല്ലാഹുവിന്റെ മാർഗത്തിൽ നിന്നുകൊണ്ട് ദുർബലരുടെ രക്ഷയ്ക്കായി പൊരുതുക. രക്ഷിതാവേ, അക്രമികളായ നിവാസികളുള്ള ഈ നാട്ടിൽനിന്ന് ഞങ്ങളെ മോചിപ്പിക്കുകയും നിന്റെയടുക്കൽ നിന്ന് അതിനായി ഞങ്ങൾക്ക് ഒരു രക്ഷാധികാരിയെയും സഹായിയെയും നിയമിച്ച് തരികയും ചെയ്യണമേ എന്ന് സങ്കടപ്പെട്ട് പ്രാർഥിക്കുന്ന ബലഹീനരായ പുരുഷന്മാരുടെയും സ്ത്രീകളുടെയും കുട്ടികളുടെയും വിമോചനത്തിന് വേണ്ടി അല്ലാഹുവിന്റെ മാർഗത്തിൽ എന്തുകൊണ്ട് നിങ്ങൾ പൊരുതുന്നില്ല. *ഖുർആൻ* തുടരുന്നു. മർദനം അവസാനിക്കുകയും കീഴ്വഴക്കം മുഴുവനും അല്ലാഹുവിനായിരിക്കുകയും ചെയ്യുന്നതുവരെ യുദ്ധം തുടരുക. പിന്നീട് അവർ മർദനനടപടികളിൽ നിന്ന് വിരമിക്കുന്ന പക്ഷം ഔചിത്യം അനുസരിച്ച് അല്ലാഹു അവരോട് ഇടപെടും. ഇതിൽനിന്നൊക്കെ വ്യക്തമാകുന്നതെന്താണ്. *ഖുർആൻ* യുദ്ധം അനുവദിക്കുന്നത് ആരെയെങ്കിലും ബലം പ്രയോഗിച്ച് മതത്തിൽ ചേർക്കുന്നതിനല്ല. പിന്നെയോ മതപീഡനത്തിനെതിരായും സ്ത്രീകളുടെയും കുഞ്ഞുങ്ങളുടെയും ദുർബലരുടെയും സംരക്ഷണാർഥവും മാത്രമാണെന്ന് വരും.

ഖുർആന്റെ[6] സൂക്ഷ്മമായ പഠനം വെളിവാക്കുന്നത് എന്തെന്നാൽ അത് ദുർബലരുടെ അവകാശങ്ങൾക്കായി നിലകൊള്ളുന്നു. ഇതിന് *ഖുർആൻ* ഉപയോഗിക്കുന്ന രണ്ട് സംജ്ഞകളുണ്ട്. 1. മുസ്തദ്‌ലിഫിൻ–ഉം. 2. മുസ്തകബ്ബിരിൻ[7]ഉം. *ഖുർആനിൽ* പരാമർശിക്കപ്പെട്ടിരിക്കുന്ന പ്രവാചകന്മാരെല്ലാവരും തന്നെ ഈ ആദർശത്തിനായി പോരാടിയിരുന്നവരായിരുന്നു. പീഡിതരുടെ വിമോചകനെന്ന നിലയിലാണ് ഇസ്രയേലിന്റെ ആദ്യപ്രവാചകനായിരുന്ന മോസസിനെ *ഖുർആൻ* അവതരിപ്പിക്കുന്നത്. ഇവിടെ ഇസ്രയേൽമക്കൾ ഫറവോനെതിരായി നടത്തുന്ന പോരാട്ടത്തിൽ ദൈവം നിലകൊള്ളുന്നത് പീഡിതരുടെ പക്ഷത്താണ്. പീഡിത വിഭാഗത്തിന്റെ സർവാധിപത്യത്തെ സംബന്ധിച്ച *ഖുർആൻ* പരാമർശം ഇതാണ്. ദൈവത്തിന്റെയും ജനങ്ങളുടെയും പരസ്പര ഐക്യത്തിലൂടെ

---

6. ഖുർആൻ അദ്ധ്യായം 109 അൽ കാഫിറൂൻ.
7. അഹങ്കാരികൾ.

മാത്രമേ ഈ ഐക്യം സാധ്യമാകൂ. പീഡിതരും പീഡിപ്പിക്കുന്നവരും ഉള്ളവരും ഇല്ലാത്തവരും എന്നിങ്ങനെയുള്ള വർഗവ്യത്യാസങ്ങളത്രയും അവസാനിക്കുകതന്നെ ചെയ്യും.

ഒരർഥത്തിൽ വർഗരഹിതസമൂഹം തയ്യാറാകുകതന്നെ ചെയ്യും. ഈ വെളിച്ചത്തിൽ നോക്കുമ്പോൾ *ഖുആൻ* പ്രദാനം ചെയ്യുന്നത് മനുഷ്യരാശിക്കൊരു പുതിയ ദൈവശാസ്ത്രവും ദൈവശാസ്ത്രവിചിന്തനങ്ങൾക്കൊരു വിപ്ലവോന്മുഖതയും ആണ്. നിർഭാഗ്യവശാൽ മറ്റെല്ലാ മതങ്ങളേയും പോലെ ഇസ്ലാമും പിൽക്കാലത്ത് വ്യവസ്ഥാപിത സ്ഥാപനങ്ങളുടെ വക്താവായി മാറി. ഇസ്ലാമിലെ പുതിയ തലമുറയുടെ കടമയാണ് ഒരു പുതിയ വിപ്ലവോന്മുഖ ഇസ്ലാംമിക്ക് ദൈവശാസ്ത്രം സൃഷ്ടിക്കുകയെന്നത്.

2

ഇസ്ലാമിലെ രാഷ്ട്രീയ സങ്കൽപ്പം

എ ഡി 7-ാം നൂറ്റാണ്ടിൽ ഇസ്ലാം ആവിർഭവിച്ചതിന്റെ ശേഷം അറേബ്യൻ ഉപദ്വീപിൽത്തന്നെ മനുഷ്യരാശി അനേകം കുതിച്ചുചാട്ടങ്ങൾ നടത്തുകയുണ്ടായി. മതത്തിന്റെ പ്രസക്തിയെ നിഷേധിക്കുന്നവർപോലും അവിടെ ഇന്ന് ധാരാളമുണ്ട്. നമ്മുടെ കാലഘട്ടം ശാസ്ത്രത്തിന്റെയും സാങ്കേതികവിദ്യയുടെതുമാണ്. അന്വേഷണങ്ങളുടെ കാലം ആണ്. അല്ലാതെ വിശ്വാസത്തിന്റെ കാലമല്ല. വിശ്വാസം മിക്കപ്പോഴും നിശ്ചലതയിലേക്കാണ് നയിക്കുന്നത്. അത് അന്വേഷണങ്ങളെ മരവിപ്പിക്കുകയും മനുഷ്യരെ മൃതതത്വങ്ങളുടെ അനുയായികളാക്കുകയും ചെയ്യുന്നു. അതുകൊണ്ടുതന്നെ വിശ്വാസം ഇന്ന് കേവലാർഥത്തിൽ അപ്രസക്തമായി തീർന്നിരിക്കുന്നു. ഇസ്ലാമിന്റെ ചരിത്രത്തിൽതന്നെ, പതിമൂന്നാം നൂറ്റാണ്ടിന്റെ ആരംഭംവരേയും വിശ്വാസവും യുക്തിയും തമ്മിലുള്ള പോരാട്ടം നിരന്തരം നടന്നിരുന്നു. അന്വേഷണത്തിന്റെ വാതിലുകൾ തുടർന്നു കൊട്ടിയടയ്ക്കപ്പെടുകയും തക്ലീദ്[1] അഥവാ ചോദ്യം ചെയ്യാതെയുള്ള പിൻതുടരൽ എന്ന ആശയം അരക്കിട്ടുറപ്പിക്കുകയും ചെയ്തു.

ഇസ്ലാമിൽ വിശ്വാസത്തിനും നേരെമറിച്ച് യുക്തിക്കുമുള്ള സ്ഥാനം നിർണയിക്കുക എന്നത് വളരെ പ്രധാനമാണ്. യുക്തി എന്നതുകൊണ്ടർഥമാക്കുന്നത് സ്വതന്ത്രമായ അന്വേഷണത്തിന് ഊന്നൽ കൊടുക്കുക എന്നുതന്നെയാണ്. ഇസ്ലാം വെളിപാടിന്റെ മതമാണെന്ന വാദം അർഥശൂന്യമാണ്. ഏതൊരു മതത്തിന്റെയും അടിത്തറ എന്നത് ആത്മീയ ഊർജമാണ്. ആ നിലക്ക് നമ്മുടെ അന്വേഷണം മുന്നോട്ട് കൊണ്ടുപോകുന്നതിന് മുമ്പായി മതം എന്നാലെന്തെന്ന് നിർവചിക്കേണ്ടിയിരിക്കുന്നു. *റാൻഡം ഹൗസ് നിഘണ്ടു* മതത്തെ ഇങ്ങനെ നിർവചിച്ചിരിക്കുന്നു. മത

1. അനുധാവനം.

മെന്നാൽ പ്രപഞ്ചത്തിന്റെ ലക്ഷ്യം, കാരണം, സ്വഭാവം ഇവയെപ്പറ്റിയും പ്രപഞ്ചസൃഷ്ടിയുടെ പിന്നിൽ പ്രവർത്തിക്കുന്ന ഒരു അതീതശക്തിയെക്കുറിച്ചുമുള്ള വിശ്വാസസംഹിതയാണ്. ആരാധനാ സ്വഭാവമുള്ള ആചാരാനുഷ്ഠാനങ്ങൾക്കും ധാർമികമായ പെരുമാറ്റച്ചട്ടങ്ങൾക്കും ഇത് രൂപം കൊടുക്കുന്നു.

സമഗ്രമെങ്കിലും ഈ നിർവചനം സാങ്കേതികവും സമവാക്യസ്വഭാവമുള്ളതുമാണ്. മനുഷ്യസ്വഭാവത്തിലന്തർലീനമായിട്ടുള്ള മതാത്മകതയെ പ്രതിഫലിപ്പിക്കുന്നില്ലെന്നത് ഇതിന്റെ പോരായ്മയാണ്. കുറെക്കൂടി മാനുഷികവും ദാർശനികവുമായ തലത്തിൽനിന്നുകൊണ്ട് ബ്രിട്ടീഷ് ദാർശനികനായ വൈറ്റ്ഹെഡ് ഒരു നിർവചനം മതത്തിന് നൽകിയിട്ടുണ്ട്. "മനുഷ്യപ്രകൃതിയെ പരിവർത്തനപ്പെടുത്താൻ പര്യാപ്തമായ സാമാന്യസത്യങ്ങളെ ആവിഷ്കരിക്കുന്ന സമ്പ്രദായമാണ് മതം." ഇതാണ് വൈറ്റ്ഹെഡിന്റെ നിർവചനം. അദ്ദേഹത്തിന്റെ അഭിപ്രായത്തിൽ ഇവയെ ആത്മാർഥമായി അംഗീകരിക്കുകയും അതിലെ വൈവിധ്യങ്ങളെ ഉൾക്കൊള്ളുകയും ചെയ്യുമ്പോഴാണ് മനുഷ്യസ്വഭാവത്തിൽ പരിവർത്തനം സംഭവിക്കുന്നത്. ഇങ്ങനെ ഉൾക്കൊള്ളുന്ന സത്യങ്ങൾ സജീവവും സുവ്യക്തവും ആയിരിക്കണം. അല്ലാതെ മൃതതത്വങ്ങളിൽ അധിഷ്ഠിതവും നിശ്ചലവും ആയിരിക്കരുത്. വിശ്വാസത്തിന്റെ സാമ്പ്രദായികമായ ആവിഷ്ക്കരണങ്ങളിലാണ് ചില ആചാരാനുഷ്ഠാനങ്ങൾ സ്വാധീനിക്കപ്പെട്ടിരിക്കുന്നത്. വെറും ചരിത്രപരമായ പ്രാധാന്യം മാത്രമുള്ള മൃതതത്വങ്ങളിലല്ല എന്നോർക്കണം.

ശാസ്ത്രത്തിന്റെയും സാങ്കേതികവിദ്യയുടെയും സ്വതന്ത്ര അന്വേഷണങ്ങളുടെയും ആയ ഒരു കാലഘട്ടത്തിൽ മതം അപ്രസക്തമാണെന്ന വിചാരവുമായിട്ടാണല്ലോ നമ്മൾ തുടങ്ങിയത്. ഇസ്ലാം സ്വതന്ത്രാന്വേഷണങ്ങളുടെ ധാരയോട് എങ്ങനെ പ്രതികരിച്ചിരുന്നു എന്ന് പഠിക്കേണ്ടതുണ്ട്. ശാസ്ത്രം, സാങ്കേതികവിദ്യ, സ്വതന്ത്രാന്വേഷണം ഇവയുടെ അടിസ്ഥാനം തന്നെ അറിവാണ്. അറിവിന് ഇസ്ലാമിന്റെ വെളിപാടായ ഖുർആൻ നൽകുന്ന പേര് ഇൽമ് (വിജ്ഞാനം)[2] എന്നാണ്. അതിന് ഖുർആൻ വലിയ പ്രാധാന്യം നൽകുന്നു. ഖുർ-ആനിലെ ആദ്യത്തെ വാചകം തന്നെ വെളിപ്പെടുത്തുന്നതെന്താണ്? മനുഷ്യന് അറിയാൻ പാടില്ലാതിരുന്ന കാര്യങ്ങൾ ദൈവം അവനെ പഠിപ്പിക്കുന്നു എന്ന ആശയമാണത്. ഈ ഭാഗത്തിന്റെ അറബി പാഠം താഴെ എഴുതുന്നു. ഈ ഭാഗത്ത് ഖുർആൻ ആവർത്തിച്ചുപയോഗിക്കുന്നത് ഇൽമ്, ഹിക്മ ഈ വാക്കുകളാണ്. അറിവും ബുദ്ധിയും ഇതാണ് ആ വാക്കുകൾ അർഥമാക്കുന്നത്. ഖുർആനിലെ താക്കോൽ വാക്കുകൾ എന്ന് വിളിക്കാവുന്നത് ഈ വാക്കുകളെ തന്നെയാണ്.

ഇസ്ലാമിക തത്വങ്ങളുടെ ആധികാരിക സ്രോതസ്സ് വി.ഖുർആൻ

2. അ-ഇല്മ - അറിവ് ജ്ഞാനം ഹിക്മ - തത്വജ്ഞാനം, ശാസ്ത്രജ്ഞാനം, അനുഭൂതി.

തന്നെയാണ്. മനുഷ്യപുരോഗതി ഉറപ്പുവരുത്തുന്നതും സ്വതന്ത്രമായ അന്വേഷണബുദ്ധിക്കുവേണ്ടി വാദിക്കുന്നതുമായ ആധുനിക ലോകത്തിന് ഇസ്ലാം എന്തെങ്കിലും തരത്തിൽ പ്രസക്തമാകണമെങ്കിൽ അറിവ്, ബുദ്ധി എന്നീ ഖുർആൻ പ്രയോഗങ്ങൾ ശരിയായ അർഥത്തിൽ മനസ്സിലാക്കപ്പെടേണ്ടതുണ്ട്. ഇൽമ്, ഹിക്ക്മ ഈ പദങ്ങൾ രൂപപ്പെടുന്നത് അഖ്ൽ ഫിക്ക്ർ ഈ പദങ്ങളുടെ അർഥത്തിൽ നിന്നാണ്. വസ്തുക്കളെക്കുറിച്ചുള്ള പ്രാഥമികധാരണ അറിവിൽനിന്നാണുണ്ടാകുന്നത്. ആ ധാരണയുടെ ക്രമപ്പെടുത്തിയ രൂപമാണ് ഇൽമ് അഥവാ ചിന്ത. ചിന്തയുടെ അടുത്തപടിയാണ് അനുഭൂതി അഥവാ Hikkma. അങ്ങനെ ഈ പദങ്ങളെല്ലാം തമ്മിൽ അന്യോന്യം ബന്ധിക്കപ്പെട്ടിരിക്കുന്നതായി നമ്മൾ മനസിലാക്കുന്നു.

അറിവിന്റെ ഈ സ്ഥാനക്രമത്തിൽ ഹിക്ക്മ ഏറ്റവും ഉയർന്നപടിയാണ്. ഇതിന്റെ കാരണം വ്യക്തമാണ്. aqul - Reason എന്നത് ആർജിക്കാനുള്ള മാർഗം മാത്രമാണ്. ആർജിക്കലിന്റെ ലക്ഷ്യമാകട്ടെ hikkma ആണ്. ഭാരതീയ പാരമ്പര്യത്തിലെ അറിവ്, അനുഭവം, അനുഭൂതി, ആനന്ദം എന്നീ അവസ്ഥകളുമായി ഇതിനെ താരതമ്യപ്പെടുത്താമെന്ന് തോന്നുന്നു. അറിവ് അഥവാ aqul വെറും വസ്തുതകളുടെ ശേഖരം മാത്രമാണ്. അതുകൊണ്ട് മാത്രം ലോകത്തിന് തൃപ്തിപ്പെടാനാവില്ല. അതിനായി നടത്തുന്ന ശ്രമം അഥവാ അറിവിന്റെ നിരുപാധികമായ പ്രയോഗം ലോകത്തിന്റെ സമ്പൂർണ നാശത്തിലായിരിക്കും എത്തുക.

ന്യൂക്ലിയറും തെർമോ ന്യൂക്ലിയറും ആയ ആയുധങ്ങളുടെ വികാസം നമ്മുടെ ലോകത്തെ അനേകം തവണ നശിപ്പിക്കാൻ ആവശ്യമായ കരുത്ത് നേടിയിരിക്കുന്നു. അപ്പോൾ അറിവ് എന്നത് കേവല ഉപകരണം മാത്രമാണെന്ന് സിദ്ധിക്കുന്നു. അതിനെ നമുക്കേതുതരത്തിലും ഉപയോഗിക്കാമെന്ന് വരുന്നു. അതിനാലാണ് ഖുർആൻ അറിവിന്റെ അടുത്ത പടികളായി ilma, hikkma ഇവയ്ക്ക് ഊന്നൽ കൊടുക്കുന്നത്. ഇത് മൂല്യാധിഷ്ഠിതവും ആണ്. ഇത് ഭൂമിയിൽനിന്ന് ദുഷ്ടതകളെ നീക്കി ആരോഗ്യകരമായ സാമൂഹ്യ പുരോഗതിക്കനുകൂലമായ വൈകാരിക പ്രേരണ നൽകുന്നു.

ദൈവിക പ്രകൃതിയുടെ ഒരു രൂപമായി പറയപ്പെടുന്നത് "റബ്ബ്-അൽ-ആലമീൻ" എന്നാണ്. പൂർണതയിലെത്തുന്നതുവരെ പ്രപഞ്ചത്തെ പകർത്തുകയും പരിപാലിക്കുകയും ചെയ്യുക എന്നത് ദൈവത്തിന്റെ ജോലിയാണ്. ഇത് കേവലം പ്രാഥമിക അറിവുകൊണ്ടുമാത്രം നിറവേറ്റാനാവുന്നതല്ല.എന്നാൽ അറിവിന്റെ പാരമ്യാവസ്ഥയായ hikkma ആകട്ടെ ആഴവും സൂക്ഷ്മവുമായ തലത്തിൽ മനുഷ്യനെ അവന്റെ പക്വതയിലേക്കും പൂർണതയിലേക്കും നയിക്കുന്നു. പൂർണതയിലേക്കുള്ള ഗമനം എന്നാൽ അതിൽ തീർച്ചയായും പുരോഗതിയും മാറ്റവും ഉൾക്കൊള്ളുന്നുണ്ട്. ഖുർ-ആൻ പ്രകാരം ഈ പ്രപഞ്ചമെന്നത് പ്രയോജനപ്രദവും വികാസാധിഷ്ഠിതവും പൂർണതയെ ഉന്നംവെക്കുന്നതുമായ ഒരു പ്രതി

ഭാസമാണ്. ഖുർ-ആൻ മനുഷ്യസൃഷ്ടിയെക്കുറിച്ച് പറയുന്നു അതോട നുബന്ധിച്ച് ലോകോൽപ്പത്തിയെക്കുറിച്ചും സൂചിപ്പിക്കുന്നു.

പ്രപഞ്ചം സംവിധാനം ചെയ്യപ്പെട്ടിരിക്കുന്നത് വളരാനും വളർച്ചയിലൂടെ പൂർണതയെ പ്രാപിക്കാനുമാണ്. ഖുർ-ആൻ തറപ്പിച്ചുപറയുന്നു. ഭൂമിയെയും സ്വർഗത്തെയും അവയെ വേർതിരിക്കുന്ന മറ്റു സർവത്തെയും സൃഷ്ടിച്ചിരിക്കുന്നത് വെറും വിനോദത്തിനു വേണ്ടിയല്ല, പിന്നെയോ പ്രധാനപ്പെട്ട ലക്ഷ്യങ്ങളോടെയാണ്. ആ ലക്ഷ്യങ്ങളിലെ മുഖ്യഭാഗവും ഇപ്പോൾ നിങ്ങളറിയുന്നില്ല. ഇവിടെ പരാമർശിക്കപ്പെട്ടിരിക്കുന്ന പ്രധാനപ്പെട്ട ലക്ഷ്യം മെച്ചപ്പെട്ട അവസ്ഥകളിലേക്കുള്ള വളർച്ച പൂർണതയെ പ്രാപിക്കൽ ഇവ തന്നെയാണ്. ദൈവിക ലക്ഷ്യത്തിന് വിരുദ്ധമായി മുന്നോട്ടുള്ള കുതിക്കലിനെ തടഞ്ഞുനിർത്താനോ പിന്നോക്കം തിരിക്കാനോ ശ്രമിക്കുന്നവർ ആരായാലും അവർ ആക്ഷേപാർഹരാണ്.

മറ്റൊരു പ്രധാനപ്പെട്ട വസ്തുത ദൈവം ഒരു സമ്പൂർണ പ്രപഞ്ചത്തെ സൃഷ്ടിച്ചില്ലെന്ന കാര്യം മനസിലാക്കുകയെന്നതാണ്. സമ്പൂർണതയുടെ സാധ്യതകൾ തുറന്നുവെയ്ക്കുക മാത്രം ചെയ്തിട്ടുള്ളതാണ്. മനുഷ്യന് സർഗാത്മകമായി പ്രവർത്തിച്ച് ഈ പ്രപഞ്ചവളർച്ചയിലും വികാസത്തിലും പങ്കാളിയാകാവുന്നതാണ്. ശാസ്ത്രത്തിന്റെയും സാങ്കേതികവിദ്യയുടെയും വളർച്ച മൂല്യാധിഷ്ഠിതമായി കൈകാര്യം ചെയ്യുന്ന പക്ഷം അത് മനുഷ്യരാശിക്കൊരനുഗ്രഹം തന്നെയാണ്. ശാസ്ത്രസാങ്കേതിക വിദ്യകളുടെ ശക്തികൾ ദൈവികമായ പരിപാലനത്തിലാണ് വളരുന്നതെങ്കിലും മനുഷ്യന്റെ സൃഷ്ടിപരമായ പരിശ്രമം കൂടാതെ ഇവയെ വളർത്തിക്കൊണ്ട് വരിക സാധ്യമല്ല.

അറിഞ്ഞിട്ടോ അറിയാതെയോ ഈ ധാരണക്കനുസരിച്ച് പ്രവർത്തിച്ചുകൊണ്ടിരിക്കുന്ന മനുഷ്യർ തങ്ങളുടെ സൃഷ്ടിപരമായ അധ്വാനത്തിലൂടെ മനുഷ്യപുരോഗതിയുടെ സൂത്രധാരത്വം വഹിക്കുകയാണ് ചെയ്തുകൊണ്ടിരിക്കുന്നത്. ഖുർ-ആൻ പ്രഖ്യാപിക്കുന്നു.

> ആകാശത്തോടും ഭൂമിയോടും പർവതങ്ങളോടും ഈ വിശ്വാസം ഏറ്റെടുക്കാൻ നാം ഉദ്ബോധിപ്പിക്കുന്നു. എന്നാൽ അവയാകട്ടെ അതിന്റെ ഭാരത്തെ ഭയന്നിട്ട് വിസമ്മതം പ്രകടിപ്പിക്കുന്നു. മനുഷ്യന് മാത്രമാണ് ഈ വിളികേൾക്കാനും പ്രതികരിക്കാനും കഴിയുന്നത്. എന്നാൽ മനുഷ്യനാകട്ടെ നേരു കെട്ടവനും മര്യാദയില്ലാത്തവനുമാകുന്നു.

ഖുർ-ആനിലെ ഈ വാചകങ്ങൾ തികച്ചും അർഥഗർഭമാണ്. പ്രകൃതിയിലെ മറ്റെല്ലാവസ്തുക്കളും നിരസിച്ച് ദൈവികനിയോഗം ഏറ്റെടുക്കാൻ യോഗ്യത നേടിയത് മനുഷ്യൻ മാത്രമാണെന്നല്ലേ ഇത് കാണിക്കുന്നത്.

മനുഷ്യനാകട്ടെ പലപ്പോഴും ഈ നിയോഗം വിശ്വസ്തതയോടെ ഏറ്റെടുക്കാറില്ല. ഏറ്റെടുക്കുന്നവർക്കുതന്നെ തങ്ങളുടെ സ്വാർഥതയിലും

മറ്റും മുഴുകുക നിമിത്തം മാർഗഭ്രംശം നേരിടുകയും അവർക്കും അവരെ പിൻചെല്ലുന്നവർക്കും വീഴ്ചസംഭവിക്കുകയും ചെയ്യുന്നു. ഇതുനിമിത്തം പ്രപഞ്ചത്തിന്റെ വളർച്ചയും വികാസവും സങ്കീർണതകൾക്ക് പാത്രമാകുന്നു.

ഉയർന്ന ജീവിത ദൗത്യങ്ങൾ ലക്ഷ്യമാക്കുന്നത് ആത്മീയ പുരോഗതിയോടൊപ്പമുള്ള ഭൗതിക പുരോഗതികൂടിയാണ്. ലോകത്തെ കൂടുതൽ മെച്ചപ്പെട്ടതാക്കിത്തീർക്കുക എന്നത് ഈ ലക്ഷ്യത്തിന്റെ ഭാഗം തന്നെയാണ്. വളർച്ചക്കും വികാസത്തിനും അനുയോജ്യമായ രീതിയിൽ ഈ ലോകത്തെ പരിപാലിച്ച് ആരോഗ്യകരമായ സാമൂഹ്യവ്യവസ്ഥ കെട്ടിപ്പടുക്കാൻ കഴിയുന്ന അല്ലാഹുവിന്റെ ഭക്തന്മാർ ഈ ലോകത്തെ ശാശ്വതമായ അവകാശമാക്കും എന്നാണ് ഖുർ–ആൻ പറയുന്നത്. അറിവിന്റെയും ബുദ്ധിയുടെയും സർവമേഖലകളെയും കീഴടക്കുന്നതിലൂടെ മാത്രമേ ഇത് സാധ്യമാകൂ. ഓ ദൈവമേ,എന്റെ അറിവ് വർധിപ്പിക്കേണമേ എന്ന ഭക്തന്മാരുടെ പ്രാർഥന ഇവിടെയാണ് അർഥവത്താകുന്നത്.

ഖുർ–ആന്റെ ധാരണയനുസരിച്ചുള്ള ലോകം ചലനാത്മകമാണ്. അല്ലാതെ ഏതെങ്കിലും ഒരു പ്രത്യേകസ്ഥലകാലബന്ധത്തിൽ ഉറഞ്ഞുകൂടിയ ഒന്നല്ല. നിശ്ചലമായ ഒരു പ്രപഞ്ചം എന്ന ധാരണ ദൈവിക പ്രകൃതിയാലുള്ള സൃഷ്ടി എന്ന പ്രതിഭാസത്തിനുതന്നെ എതിരാണ്. വൈറ്റ് ഹെഡ് ചൂണ്ടിക്കാണിക്കുന്നത് ശരിയാണ്. പ്രപഞ്ചം ഒരേ സമയം നശ്വരവും ശാശ്വതവുമാണ്. മൂല്യങ്ങളും അങ്ങനെതന്നെ. കാലബദ്ധമല്ലാത്ത മൂല്യങ്ങൾക്കവയുടെ അർഥശോഷണം സംഭവിക്കുന്നു.

പ്രപഞ്ചം പ്രയോജനകരമാണെന്ന വാദത്തിന് നമ്മൾ നേരത്തെ തന്നെ ഊന്നൽകൊടുക്കുകയുണ്ടായല്ലോ. ഇതുപ്രകാരം പ്രപഞ്ചത്തിനൊരു നിർദിഷ്ട പ്ലാനും ലക്ഷ്യവും ഉണ്ടായിരിക്കണം എന്നു വരുന്നു. ഇതിനാലാണ് ഇത് മൂല്യാധിഷ്ഠിതമാണെന്ന് നമ്മൾ പറയുന്നത്. വൈറ്റ് ഹെഡ് ചൂണ്ടിക്കാണിച്ചതുപോലെ മൂല്യങ്ങൾ യഥാർഥലോകവുമായി ബന്ധപ്പെട്ടുകിടക്കുന്നു. പ്രപഞ്ചം, സ്ഥലകാലബദ്ധമായ ഒരു താൽക്കാലിക പ്രതിഭാസമാണെന്ന് വന്നാൽ യഥാർഥമൂല്യങ്ങളെ പിൻതള്ളുകയും സമൂഹത്തിന്റെയും മനുഷ്യജീവിതത്തിന്റെ തന്നെയും ഭാവി ലക്ഷ്യങ്ങൾ അവഗണിക്കപ്പെടുകയും ചെയ്യും.

ഖുർ–ആനിലെ സത്യം എന്നത് ഒരു നിശ്ചലസത്യമല്ല.അതിന് നിരന്തരവളർച്ചയുടെ സ്വഭാവമാണുള്ളത്. വർത്തമാനകാല വസ്തുതകളും ഭാവികാല യാഥാർഥ്യങ്ങളും തമ്മിൽ വിപുലമായ ഒരു വിടവുണ്ടെന്ന് നമ്മൾ കാണണം. സർഗാത്മക പ്രവർത്തനങ്ങളിൽ ദൈവത്തിന്റെ പങ്കാളിയായ മനുഷ്യൻ യാഥാർഥ്യത്തിന്റെ ഇനിയും കണ്ടെത്തപ്പെട്ടിട്ടില്ലാത്ത മേഖലകളെ അനാവരണം ചെയ്യാൻ പരിശ്രമിച്ചുകൊണ്ടിരിക്കുന്നു. ഇത് ദൈവത്തിന്റെ കൽപ്പനയാണ്. ബാഹ്യപ്രപഞ്ചത്തിന്മേൽ മനുഷ്യൻ ചെലുത്തുന്ന നിയന്ത്രണം യാഥാർഥ്യത്തിന്റെ പുതിയമേഖലകളെ അവന്റെ മുമ്പിൽ തുറക്കുന്നു. താൻ കണ്ടെത്തുന്നതും മനസിലാക്കുന്ന

തുമായ കാര്യങ്ങൾ വഴി പ്രപഞ്ചത്തെ പുനഃസംവിധാനപ്പെടുത്തുന്നതിലും പരിഷ്ക്കരിക്കുന്നതിലും മനുഷ്യൻ സജീവമായി പങ്കെടുക്കുന്നു. ഇതു വഴി അവൻ ദൈവിക ഉദ്ദേശ്യങ്ങളെ സഫലമാക്കുകയും ദൈവവുമായി സഖിത്വം സ്ഥാപിക്കുകയും ചെയ്യുന്നു.

സത്യം എന്നാൽ ഒരേസമയം പ്രത്യക്ഷ യാഥാർഥ്യത്തെ അംഗീകരിക്കലും അതീതസത്തയെ ആരായലുമാണ്. സാധ്യത്തിൽനിന്ന് സാധ്യതകളിലേക്കുള്ള മാർഗം സത്യത്തിന് നിരസിക്കാനാവില്ല. സത്യം ചലനാത്മകവും വ്യക്തമായ അകലക്കാഴ്ചവെച്ചു പുലർത്തുന്നതുമായിരിക്കും. അതീന്ദ്രിയ മാനങ്ങളെ അനുഭൂതികളിലൂടെ സ്വാംശീകരിക്കാനും സത്യത്തെ അതിന്റെ സമഗ്രതയിലും സങ്കീർണതയിലും ഉൾക്കൊള്ളണമെങ്കിൽ ഒരേസമയം യുക്തിയും ബുദ്ധിയും ഉണർന്ന് പ്രവർത്തിക്കേണ്ടതുണ്ട്. ഇവയിൽ ഒന്ന് മറ്റൊന്നിന്മേൽ ആധിപത്യം ചെലുത്താൻ അനുവദിച്ചുകൂടാത്തതാണ്. രണ്ടിനും അതിന്റേതായ ആപേക്ഷിക പ്രാധാന്യമുണ്ട്. പ്രത്യക്ഷാനുഭവങ്ങളുടെ കാര്യത്തിൽ യുക്തിയും അതീന്ദ്രിയാനുഭവങ്ങളുടെ കാര്യത്തിൽ അനുഭൂതിയും മുന്നിട്ടുനിൽക്കും.

വിശുദ്ധ ഖുർ–ആൻ നശ്വരത്തിന്റെയും അനശ്വരത്തിന്റെയും കാര്യത്തിൽ ചലനാത്മകമായ ഒരു വീക്ഷണമാണ് ഉയർത്തിപ്പിടിക്കുന്നത്. ഓരോ ജനതക്കും വിശുദ്ധാചാരങ്ങൾ നാം കൽപ്പിച്ചു നൽകിയിട്ടുണ്ടെന്നത് ഖുർ–ആൻ അനുശാസിക്കുന്നു. അവർ പ്രാർഥിക്കുന്നത് അതനുസരിച്ചത്രെ. ഭൂമിയെയും ആകാശത്തെയും സൃഷ്ടിക്കുകയും രാപകലുകളെ ക്രമപ്പെടുത്തുകയും ചെയ്തത് ഓ ദൈവമേ നീ ഞങ്ങളെ സൃഷ്ടിച്ചത് വെറുതെയല്ല എന്ന് ഗ്രഹണശേഷിയുള്ളവരെക്കൊണ്ട് സദാ പറയിപ്പിക്കുന്നതിനാണ്. (3:18)

നമ്മൾ മുകളിൽ ചർച്ചചെയ്ത കാര്യങ്ങളുടെ ഭിന്നവശങ്ങൾ മേലുദ്ധരിച്ച ഖുർആൻ വാക്യം നന്നായി വിശദമാക്കുന്നു. ബാഹ്യമായ നിരീക്ഷണത്തിന്റെ പ്രാധാന്യം അത് ഊന്നിപ്പറയുന്നു. അതോടൊപ്പം അതീന്ദ്രിയാനുഭവങ്ങളിലൂടെ അനുഭവവേദ്യമാകേണ്ട ദൈവാസ്തിത്വത്തേയും തറപ്പിച്ചു പ്രഖ്യാപിക്കുന്നു. അതിനാൽ ഖുർആൻ ഈ പ്രാർഥന മനുഷ്യന് നിർദേശിക്കുന്നു. “അല്ലയോ ദൈവമേ എന്റെ അറിവ് വർധിപ്പിക്കേണമേ.” സത്യാന്വേഷണം അനുഭവ ആത്മകവും മൂല്യാധിഷ്ഠിതവും ആയിരിക്കണം. ഈ രണ്ടും ചേർന്നതിനെ നമുക്ക് വിശുദ്ധം എന്ന് വിളിക്കാം. അല്ലാഹുവിന്റെ ഭക്തരായി തീരുന്നവർ ഇങ്ങനെ ആകേണ്ടതുണ്ട്. അല്ലാഹുവിന്റെ മഹത്വത്തിൽ ഒരുവൻ പ്രതിഫലിക്കപ്പെടണമെങ്കിൽ അവിടത്തെ അതിന്റെ സങ്കീർണതകളിൽ അതായത് സൂക്ഷ്മവും സ്ഥൂലവും ആയ തലങ്ങളിൽ അവന്റെ സൃഷ്ടിയുടെ രഹസ്യങ്ങളിൽ, മനസിലാക്കേണ്ടതുണ്ട്. പ്രപഞ്ചത്തെ ഓരോ ചലനങ്ങളിലും നിരീക്ഷിക്കുക എന്നതുകൊണ്ട് ഖുർ–ആൻ അർഥമാക്കുന്നതും ഇതുതന്നെയാണ്. പ്രാർഥനയുടെയും ഭക്തിയനുഷ്ഠാനങ്ങളുടെയും ഒരു സമഗ്രഭാഗമാകേണ്ടതുണ്ട് ഈ നിരീക്ഷണം. പ്രമുഖകവിയും ചിന്തകനുമായ ഇക്

ബാൽ ഇപ്രകാരം പറയുന്നു: "മനുഷ്യന് ദൈവവും പ്രപഞ്ചവും ആയുള്ള ബന്ധം എന്ന ഉന്നത ചിന്തയിലേക്ക് മനുഷ്യനെ ഉണർത്തുക എന്നതാണ് ഖുർ–ആൻ ദൗത്യം."

ഇവിടെ നമ്മൾ ചർച്ചചെയ്ത വസ്തുതകൾ എന്താണ് വെളിവാക്കുന്നത്. ശാസ്ത്രീയമായ സത്യങ്ങൾ എന്നറിയപ്പെടുന്നവയും ഖുർ–ആനിക്ക് സത്യങ്ങളും പരസ്പരവിരുദ്ധങ്ങളല്ല. പിന്നെയോ പോഷകങ്ങളാണ്. ശാസ്ത്രത്തിന്റെയും സാങ്കേതികവിദ്യയുടെയും വളർച്ച മനുഷ്യരാശിക്ക് പ്രയോജനകരമാണ്. അതിനാൽത്തന്നെ ദൈവീകവുമാണ്. അത് പ്രോത്സാഹിപ്പിക്കപ്പെടേണ്ടതാണ്. സത്യത്തിന് പല മാനങ്ങളുമുണ്ട്. മതസത്യങ്ങളും ശാസ്ത്രസത്യങ്ങളും വ്യത്യസ്ത തലങ്ങളിൽപെട്ടവയാണ്. എങ്കിൽതന്നെ അവ പരസ്പരവിരുദ്ധങ്ങളല്ല. ഖുർ–ആന്റെ ഭാഷ പ്രതീകാത്മകമാണ്. വായനക്കാരന്റെ ബുദ്ധിയുടെയും ബോധത്തിന്റെയും നിലവാരമനുസരിച്ച് അതിന് ഭിന്ന വ്യാഖ്യാനങ്ങൾ സാധ്യമാണ്. മധ്യയുഗങ്ങളിലെ പണ്ഡിതന്മാർ യവനശാസ്ത്ര സിദ്ധാന്തങ്ങളാൽ സ്വാധീനിക്കപ്പെട്ടിരുന്നു. അവരുടെ ഖുർ–ആൻ വ്യാഖ്യാനം അതനുസരിച്ചായിരുന്നു. നിർഭാഗ്യകരം എന്നുതന്നെ പറയട്ടെ, അക്കാലത്തെ പല വ്യാഖ്യാനങ്ങളും പിൽക്കാലത്ത് ഇസ്ലാമിക തത്വങ്ങളുടെ അവിഭാജ്യ ഘടകങ്ങളെന്ന നിലയിൽ അംഗീകരിക്കപ്പെടുകയുണ്ടായി.

ഇവിടെയാണ് മതപരമായ സത്യങ്ങളും ശാസ്ത്രസത്യങ്ങളും തമ്മിലുള്ള വ്യത്യാസം. ശാസ്ത്രസത്യങ്ങൾ കൂടുതൽ അനുഭവവേദ്യമാണ്. പോയ കാലഘട്ടത്തിൽ പ്രഖ്യാപിക്കപ്പെട്ട ഏതൊരു തത്വങ്ങളും അത് മതപരമാകട്ടെ, ശാസ്ത്രതത്വങ്ങളാകട്ടെ, അവയെ ചോദ്യം ചെയ്യുന്നതും പുതിയ തത്വങ്ങൾ ആവിഷ്ക്കരിക്കാൻ ശ്രമിക്കുന്നതും ഒരു തരത്തിലും ആക്ഷേപാർഹമാകുന്നില്ല. ഖുർ–ആൻ പിന്തുടരുന്നവരുടെ ഒരു വിശുദ്ധ കടമതന്നെയാണ് ഈ വഴിക്കുള്ള അന്വേഷണം.

നേരത്തെ സൂചിപ്പിച്ചതുപോലെ മതപരവും ഭൗതികശാസ്ത്രപരവുമായ തത്വങ്ങളെ കണക്കിലെടുത്തുകൊണ്ട്, ഇൽമ്, ഹിക്ക്മ എന്നീ രണ്ട് പദങ്ങൾ ഖുർ–ആനിൽ പ്രയോഗിച്ചിരിക്കുന്നു. ഇൽമ് എന്ന പദത്തിന് ഖുർ–ആന്റെ സംജ്ഞാവലിയനുസരിച്ച് മതപരമായ വിജ്ഞാനം എന്ന അർഥം പറയാം. ഈ വിജ്ഞാനത്തെ മനുഷ്യവംശത്തിന്റെ നന്മയ്ക്കായി പ്രയോഗിക്കലാണ് അല്ലാതെ അതിന്റെ വളർച്ചയെ തടുത്ത് നിർത്തുകയോ നശിപ്പിക്കുകയോ അല്ലാ വേണ്ടത്. മനുഷ്യന്റെ നിലനിൽപ്പിന് തന്നെ ഭീഷണിയായിട്ടുള്ള അണുവായുധങ്ങളുടെ കാര്യം തന്നെ എടുക്കാം. ഹിക്ക്മ അനുശാസിക്കുന്ന പ്രകാരം ന്യൂക്ലിയർ ശാസ്ത്രത്തിന്റെ സാങ്കേതികവിദ്യ മനുഷ്യരാശിയുടെ പുരോഗതിക്കായി വിനിയോഗിക്കണം അല്ലാതെ അതിന്റെ നാശനഷ്ടത്തിനായിട്ടായിരിക്കരുത്. ഇൽമ്, ഹിക്ക്മ ഇവ രണ്ടും ഒത്തുചേർന്നുവേണം റുബിയാന എന്ന ലക്ഷ്യത്തിലേക്ക് മുന്നേറാൻ. അതായത് പരിപൂർണതയെന്ന ലക്ഷ്യത്തിലേക്കുള്ള പ്രയാണത്തിൽ മതവും ശാസ്ത്രവും കൈകോർത്ത് പിടി

ക്കേണ്ടതുണ്ടെന്ന് സാരം. ശക്തരായ സ്ഥാപിത താൽപ്പര്യങ്ങൾ ശാസ്ത്ര വിജ്ഞാനത്തെ ഹിക്ക്മ ദുരുപയോഗപ്പെടുത്തുകയും മതപരമായ സിദ്ധാന്തങ്ങളെ അവഗണിക്കുകയും ചെയ്തുകൊണ്ട് മനുഷ്യരാശിയെ ഒന്നടങ്കം ശാശ്വതനാശത്തിലേക്ക് തള്ളിയിടാൻ പരിശ്രമിച്ചുകൊണ്ടിരിക്കുന്ന ഈ കാലഘട്ടത്തിൽ ഖുർ–ആനിക്ക് തത്വങ്ങൾ വളരെ പ്രസക്തമാണ്.

അവസാനമായി വിശ്വാസത്തെക്കുറിച്ച് ചില കാര്യങ്ങൾകൂടി സൂചിപ്പിക്കട്ടെ. ശാസ്ത്രസാങ്കേതികവിദ്യകളുടേതായ ഈ കാലഘട്ടത്തിൽ ഏറ്റവും കൂടുതൽ തെറ്റിദ്ധരിക്കപ്പെട്ടിരിക്കുന്ന ഒരുവാക്കാണ് വിശ്വാസം എന്നത്. അയുക്തമായ വിശ്വാസം അഥവാ അന്ധവിശ്വാസം എന്ന പ്രയോഗംകൊണ്ടർഥമാക്കുന്ന പദമല്ല ഇവിടെ വിവക്ഷിക്കുന്നത്. ഈ വിഷയത്തിൽ ഖുർ–ആന്റെ സമീപനം യുക്തിയധിഷ്ഠിത വിശ്വാസം എന്നാണ്. വിശ്വാസിയായ ആളെ ഖുർ–ആൻ മുഅ്മിൻ(സത്യവിശ്വാസി) എന്ന് വിളിക്കുന്നു. വിശ്വാസികളോട് ഖുർ–ആൻ ഒരിക്കലും എന്തിനെയെങ്കിലും കണ്ണുംപൂട്ടി അംഗീകരിക്കാൻ ആവശ്യപ്പെടുന്നില്ല. പിന്നെയോ അതാവർത്തിച്ചാവശ്യപ്പെടുന്നത് നിരീക്ഷിക്കാനും ചിന്തിക്കാനും ബോധ്യപ്പെട്ടാൽ മാത്രം അംഗീകരിക്കാനാണ്.

ഇസ്ലാമിക് സമ്പ്രദായങ്ങളിൽ വിശ്വാസം ഒരനിവാര്യഘടകമാണ്. വിശ്വാസമില്ലാത്ത അറിവ് സൃഷ്ടിപരമായിരിക്കില്ലെന്ന് മാത്രമല്ല നശീകരണാത്മകവും ആയിരിക്കും. അറിയപ്പെടുന്ന മനഃശാസ്ത്രവിശാരദനായ എറിക്ഫ്രോം പറയുന്നു. “ഒരു വ്യക്തിയുടെ സ്വഭാവഘടനയിൽ വേരുറപ്പിച്ചിരിക്കുന്ന ആശയം മാത്രമേ ശക്തമായ ആശയമാകുന്നുള്ളൂ.” വൈകാരിക മൂർധന്യത്തിലെത്തുന്ന ആശയമാണ് ഒരു വ്യക്തിയുടെ ശക്തമായ ആശയം. മതത്തെക്കുറിച്ചുള്ള മനോവിശകലനപഠനം ലക്ഷ്യമാക്കുന്നത് ചിന്താസമ്പ്രദായത്തിന്റെ പിന്നിലുള്ള മനുഷ്യയാഥാർഥ്യത്തെ മനസിലാക്കുക എന്നതാണ്.

ഒരു ചിന്താസമ്പ്രദായം വികാരാവിഷ്ക്കരണത്തിന് കാരണമാകുന്നുണ്ടോ അതോ വിപരീത സമീപനങ്ങളെ മറച്ചുവെക്കുന്ന യുക്തിപരത പ്രകടിപ്പിക്കലാണോ എന്നത് ഒരു തർക്കവിഷയമാണ്. വികാരപ്രകടനംമാത്രമാണോ വിശ്വാസം എന്നതും അന്വേഷിക്കേണ്ടതുണ്ട്. ഈ അന്വേഷണം വ്യക്തികളുടെ കേവലാഭിപ്രായങ്ങളാണോ വൈകാരിക മൂർച്ഛയിലെത്തിയ ആശയപ്രകടനമാണോ അതിന്റെ പിന്നിലെന്ന് മനസിലാക്കലിലാണ് കലാശിക്കുക.

ഏതൊരു ചിന്താസമ്പ്രദായത്തിന്റേയും കേന്ദ്രബിന്ദു വിശ്വാസമാണെന്ന് വരുന്നു. അല്ലാത്തപക്ഷം അതൊരു പൊള്ളയായ അഭിപ്രായപ്രകടനം മാത്രമായിത്തീരുന്നു. ഒരു ആശയത്തിന്റെ അംഗീകരിക്കൽ എന്നാൽ അംഗീകരിക്കുന്ന ആൾ അതിനെ പ്രതിഫലിപ്പിക്കുന്നുവെന്നാണ്. അങ്ങനെ ചെയ്യുമ്പോൾ അയാളുടെ വൈകാരികത അതിന്റെ പാരമ്യത്തിലെത്തിയെന്ന് വരും. വിശ്വാസം കൂടാതെ ഇത് സാധ്യമല്ല. ഖുർ–ആൻ ഈ ആശയം ഉറപ്പിച്ച് പറയുകയും വിശ്വാസത്തെ അതിന്റെ

ഒരു മുഖ്യപാഠമായി അവതരിപ്പിക്കുകയും ചെയ്യുന്നു. അദൃശ്യമായവയിലുള്ള വിശ്വാസം എന്ന ഖുർ–ആൻ ആശയം വളരെ പ്രധാനപ്പെട്ടതാണ്. തെറ്റിദ്ധരിക്കപ്പെടാറുള്ള ഒരാശയമാണിത്. എന്റെ അഭിപ്രായത്തിൽ അദൃശ്യമെന്നതുകൊണ്ടുദ്ദേശിക്കുന്നത് മനുഷ്യരാശിയുടെ അനന്തവും പരിമിതികളില്ലാത്തതുമായ വികസന സാധ്യതകളെയാണ്. ഈ സാധ്യതകൾ മനുഷ്യന് മറഞ്ഞും ദൈവത്തിന് മാത്രം ദൃശ്യവും എന്ന രീതിയിലും ഗ്രഹിക്കാവുന്നതാണ്. കൂടാതെ മെച്ചപ്പെട്ട സാധ്യതകളിലുള്ള പ്രത്യാശ അഥവാ ഭാവിയെക്കുറിച്ചുള്ള ഉറപ്പ് , മനുഷ്യരാശിയുടെ മുന്നോട്ടുള്ള പ്രയാണത്തിന് പ്രചോദനമായി ഭവിക്കുന്നു. മനുഷ്യന്റെ ഭാവി സാധ്യതകളുടെ വിധാതാവും മനുഷ്യൻ തന്നെയാണെന്നുള്ളതിന് ഖുർ–ആനിൽ സൂചനകളുണ്ട്. എല്ലാവിധ തിന്മകളിൽനിന്നും വിമുക്തമായ ഒരു ശോഭനഭാവിയെക്കുറിച്ചുള്ള പ്രത്യാശ ഉൽപ്പാദിപ്പിക്കുന്നു എന്നതിനാലാണ് വിശുദ്ധ ഖുർ–ആൻ അദൃശ്യമായതിലുള്ള വിശ്വാസം എന്ന ആശയത്തെ പ്രധാനപ്പെട്ട ഒന്നായി അവതരിപ്പിക്കുന്നത്. അങ്ങനെയെങ്കിൽ ഇസ്ലാം ആധുനിക കാലത്ത് പ്രസക്തമല്ലെന്ന് വരുന്നതെങ്ങനെയാണ്.

3

ഇസ്ലാമിക് സമ്പദ്വ്യവസ്ഥയും മുതലാളിത്തവിരുദ്ധ സമീപനവും

ഇൽമ്, ഹിക്ക്മ ഈ പദങ്ങൾ ശാസ്ത്രത്തോടും സാങ്കേതികവിദ്യയോടുമുള്ള ഇസ്ലാമിന്റെ സമീപനം വ്യക്തമാക്കുന്നുവെന്ന കാര്യം കഴിഞ്ഞ അധ്യായത്തിൽ വിശദീകരിക്കുകയുണ്ടായല്ലോ. ഈ അധ്യായത്തിൽ ഞാൻ വിശദീകരിക്കാൻ ശ്രമിക്കുന്നത് നമ്മുടെ കാലഘട്ടത്തിലെ ഒരു മുഖ്യപ്രശ്നമായ സമ്പദ്വ്യവസ്ഥയോടുള്ള ഇസ്ലാമിന്റെ സമീപനത്തെക്കുറിച്ചാണ്.

നമ്മൾ ജീവിക്കുന്നത് ഒരു വ്യവസായ സമൂഹത്തിലാണ്. ശരിയായ സാമ്പത്തിക ആസൂത്രണം കൂടാതെ സാമൂഹ്യവ്യവസ്ഥയുടെ പുരോഗതി സാധ്യമല്ല. ഈ വിഷയത്തിൽ ഇസ്ലാം നൽകുന്ന മാർഗനിർദേശം എന്തെന്ന് നോക്കാം. ഈ വ്യവസായ യുഗത്തിൽ നമ്മൾ അഭിമുഖീകരിക്കുന്ന പ്രശ്നങ്ങൾ പരിഹരിക്കണമെങ്കിൽ സമ്പദ്വ്യവസ്ഥയെക്കുറിച്ച് ഇസ്ലാം നൽകുന്ന പാഠങ്ങൾ നമ്മൾ സൃഷ്ടിപരമായി വ്യാഖ്യാനിക്കേണ്ടതുണ്ട്. ഇവിടെ ഒരു കാര്യം പ്രത്യേകം ഓർമിക്കേണ്ടതുണ്ട്. ഇസ്ലാമിക് തത്വങ്ങളുടെ മുഖ്യസ്രോതസ്സായ ഖുർ–ആൻ ഒരു മതഗ്രന്ഥമാണെന്നും അല്ലാതെ അതൊരു ഭൗതിക ശാസ്ത്രഗ്രന്ഥമല്ലെന്നും ഉള്ള കാര്യമാണ്. ജീവിതത്തിന്റെ ആത്മീയവും ഭൗതികവുമായ മേഖലകളെക്കുറിച്ച് അത് വിശാലമായ ചില മാർഗനിർദേശങ്ങൾ നൽകുന്നുണ്ടെന്നത് ശരിതന്നെ. അത് സമൂഹത്തെക്കുറിച്ച് നമുക്കൊരു ധാരണ നൽകുന്നു. ഈ ധാരണകളെ മുൻനിർത്തിക്കൊണ്ടാണ് സാമൂഹ്യസംവിധാനങ്ങളിൽ ആവശ്യമായ അഴിച്ചുപണികൾ നടത്താനും സാമൂഹ്യ ബന്ധങ്ങൾക്ക് പുനർനിർവചനം നൽകാനും നമ്മൾ ശ്രമിക്കുന്നത്.

ഖുർ–ആന്റെ സന്ദേശങ്ങൾക്ക് സാന്ദർഭികമായ പ്രാധാന്യവും കാലാതീതമായ പ്രാധാന്യവും എന്നിങ്ങനെ രണ്ട് മുഖങ്ങളുണ്ടെന്ന കാര്യം

മുമ്പു സൂചിപ്പിച്ചുവല്ലോ. മക്കയിലെ വ്യാപാരസമൂഹത്തിന്റെ പരിതസ്ഥിതികളിലാണ് ഇസ്ലാം ഉത്ഭവിക്കുന്നത്. വിശ്വസ്തനായ ഒരു വ്യാപാരിക്ക് പ്രവാചകന്മാരുടെയും ദൈവികമാർഗത്തിൽ മരണം വരിച്ച രക്തസാക്ഷികളുടെയും അടുത്ത സ്ഥാനമാണത് നൽകുന്നത്. എന്നാൽ അന്യായമായി ധനം നേടാൻ ശ്രമിക്കുന്നവരെ ഖുർ–ആൻ കുറ്റപ്പെടുത്തുന്നു. ഖുർ–ആൻ പറയുന്നു:

> അളവിലും തൂക്കത്തിലും കുറവ് വരുത്തുന്നവർക്ക് വമ്പിച്ച നാശം. മനുഷ്യരോട് അളന്ന് വാങ്ങുമ്പോൾ അവർ ഒട്ടും കുറവ് വരാതെ നോക്കും. മറിച്ച് അളന്നോ തൂക്കിയോ കൊടുക്കുമ്പോൾ ആവുന്നത്ര കുറവ് വരുത്താൻ നോക്കുകയും ചെയ്യും. അവരെ ഗൗരവമേറിയ ഒരു ദിവസം ജീവിപ്പിച്ചെഴുന്നേൽപ്പിക്കുമെന്ന് അക്കൂട്ടർ വിചാരിക്കുന്നില്ലേ. അതായത് മനുഷ്യൻ സർവലോക രക്ഷിതാവിന്റെ മുമ്പിൽ നിൽക്കുന്ന ദിവസം (83:1–6).

ഇത് കാണിക്കുന്നത് എന്താണ്; മറ്റുള്ളവരോട് നീതി പുലർത്തുന്ന കാര്യത്തിൽ അയവില്ലാത്ത നിലപാടാണ് ഖുർ–ആൻ മുന്നോട്ടുവെക്കുന്നതെന്നല്ലേ? ചൂഷണവിമുക്തമായ ഒരു നീതിനിഷ്ഠ സമൂഹത്തെ ഖുർ–ആൻ വിഭാവനം ചെയ്യുന്നു എന്നതാണ് ഈ ഭാഗത്തുനിന്നും നമ്മൾ ഗ്രഹിക്കേണ്ട കാലാതിവർത്തിയായ അർഥം. ഉൽപ്പാദനവും വാണിജ്യവുമായി ബന്ധപ്പെട്ട എല്ലാ ഏർപ്പാടുകളും ചൂഷണ വിമുക്തമായിരിക്കണമെന്ന് ഖുർ–ആൻ അനുശാസിക്കുന്നു. ഇതേക്കുറിച്ച് ഖുർ–ആൻ പ്രയോഗിക്കുന്ന വാക്കുകൾ -al-adl-wa-al-ashan (Justice and benevolence) നീതിയും ഔദാര്യവും എന്നാണ്. ഖുർ–ആൻ പറയുന്നു. "അല്ലാഹു നിങ്ങളോട് ആജ്ഞാപിക്കുന്നതെന്തെന്നാൽ നീതിയും ദാക്ഷിണ്യവും പാലിക്കുക."

ഉൽപ്പാദനത്തിലും വിപണനത്തിലും അവലംബിക്കുന്ന മാർഗമെന്തുതന്നെ ആയാലും നീതിയും ദാക്ഷിണ്യവും സാമൂഹ്യസംഘർഷത്തിനയവ് വരുത്തുന്നു. ഒരു വ്യവസായ സമ്പദ്‌വ്യവസ്ഥയിൽ അതായത് മുതലാളിത്ത സമ്പദ്‌വ്യവസ്ഥയിൽ പ്രത്യേകിച്ചും സമ്പദ്‌വ്യവസ്ഥ ശക്തമായ കുത്തക സംഭരണത്തിന് അരങ്ങൊരുക്കുന്നു. ബഹുരാഷ്ട്ര കോർപ്പറേഷനുകളും സ്വകാര്യകുത്തകകളും ശക്തിപ്രാപിക്കുന്നു. സമ്പത്തിന്റെ ക്രമാതീതമായ കേന്ദ്രീകരണം നീതി, ദാക്ഷിണ്യം തുടങ്ങിയ തത്വങ്ങളെ കാറ്റിൽപ്പറത്തുന്നു. അത് വൻതോതിലുള്ള സാമൂഹ്യസംഘർഷങ്ങൾക്ക് കാരണമാകുന്നു. ഇതുകൂടാതെ വികസിതവും അവികസിതവുമായ രാജ്യങ്ങൾ തമ്മിലുള്ള സംഘർഷവർധനവിനും ഇത് കാരണമാകുന്നു. ഇത് നിമിത്തം ലോകസമാധാനം അപ്പാടെ തകരുന്നു. ഇത്തരമൊരു അവസ്ഥയോടുള്ള ഇസ്ലാമിക് സമീപനം എന്താണെന്ന് നമുക്ക് പരിശോധിക്കാം.

സമ്പത്തിന്റെ ഏതുവിധത്തിലുള്ള കേന്ദ്രീകരണത്തേയും ഖുർ-ആൻ ശക്തമായി എതിർക്കുന്നു. ധനം ശേഖരിക്കുകയും എന്നിട്ട് അത് എണ്ണിയെണ്ണി കണക്കാക്കിക്കൊണ്ടിരിക്കുകയും ചെയ്യുന്നവർക്ക് നാശം. (*ഖുർ-ആൻ*, അധ്യായം 104:2) മക്കയിലെ സാമൂഹ്യജീവിതത്തിന്റെ പശ്ചാത്തലത്തിൽ എഴുതിയതാണിത്. തുല്യശക്തിയോടെ, മദീനയിലെ ജീവിതപശ്ചാത്തലത്തിൽ രേഖപ്പെടുത്തിയിരിക്കുന്ന വാക്യങ്ങളും പരിശുദ്ധ ഖുർ-ആനിൽ കാണാം. "എന്താണ് തങ്ങൾ ചെലവ് ചെയ്യേണ്ടതെന്ന അവർ നിന്നോട് ചോദിക്കുന്നു. ന്യായമായ ജീവിതാവശ്യം കഴിച്ച് ബാക്കിയുള്ളത് ചെലവ് ചെയ്യണം എന്ന് നീ പറയുക (2:19)."

സ്വത്തിന്റെ കേന്ദ്രീകരണത്തിനെതിരെ ഖുർ-ആൻ വ്യാപകമായ താക്കീത് തരുന്നതായി നമ്മൾ കാണുന്നു. സമൂഹത്തിന്റെ സർഗാത്മക പുരോഗതിക്കാവശ്യമായ രീതിയിൽ സമ്പന്നർ പ്രവർത്തിക്കേണ്ടതിനെക്കുറിച്ച് ഖുർ-ആൻ പ്രത്യേകം നിർദേശം നൽകുന്നുണ്ട്. ധനത്തിന്റെ പ്രവണത കാട്ടുന്ന മത്സരബുദ്ധി മനുഷ്യനെ മറ്റു മനുഷ്യരിൽ നിന്ന് അന്യവൽക്കരിക്കുകയും സമൂഹത്തിന്റെ ധാർമിക ഭദ്രതയെ തകർക്കുകയും ചെയ്യുന്നു. പാശ്ചാത്യ സമൂഹത്തിന്റെ ഇന്നത്തെ സ്ഥിതി ഇതിനുദാഹരണമാണ്.

ഉദ്ദേശ്യാധിഷ്ഠിത സമ്പദ് വ്യവസ്ഥ നിർദേശിക്കുകവഴി മനുഷ്യസ്വഭാവത്തിന്റെ സൂക്ഷ്മവശങ്ങളെക്കുറിച്ച് ആഴത്തിലുള്ള ഉൾക്കാഴ്ച ഖുർ-ആൻ പ്രകടിപ്പിക്കുന്നു. ഇത് പ്രകാരം സമൂഹത്തിന്റെ സമ്യക്കായ വികാസം സാധ്യമാകണമെങ്കിൽ വിതരണ സമ്പ്രദായങ്ങൾ ധാർമിക പ്രമാണങ്ങളാൽ നയിക്കപ്പെടേണ്ടതുണ്ട്.

ഇനി വ്യാവസായിക സമ്പദ്ഘടനയുടെ കാര്യം പരിശോധിക്കാം. സാമൂഹ്യനീതി എന്ന ലക്ഷ്യം നമുക്കെങ്ങനെ കൈവരിക്കാനാകും എന്ന കാര്യം വളരെ ഗൗരവമായി എടുക്കേണ്ടതുണ്ട്. വ്യാവസായിക സമ്പദ്ഘടന മുഖ്യമായും ഉൽപ്പാദനോന്മുഖമാണ്. വിതരണത്തിലെ അസന്തുലിതാവസ്ഥയെ ഇത് കാര്യമായിട്ടെടുക്കുന്നതേയില്ല. എന്നാൽ ഇസ്ലാമിക് സമ്പദ് വ്യവസ്ഥയാകട്ടെ ഉൽപ്പാദനത്തിന്റെയും വിതരണത്തിന്റെയും കാര്യത്തിൽ പാലിച്ചിരിക്കേണ്ട ധാർമികതയിൽ ഊന്നുന്നു. ചൂഷണവിമുക്തമായ ഒരു സമൂഹത്തെ വിഭാവന ചെയ്യുന്ന ആർക്കും നീതിപൂർവമായ വിതരണത്തിന്റെ പ്രാധാന്യത്തെ തള്ളിക്കളയാനാവുകയില്ല.

മനുഷ്യമഹത്വത്തിന് ഇസ്ലാമിക് സമീപനം പരമപ്രാധാന്യം കൽപ്പിക്കുന്നു. ഖുർ-ആൻ പ്രത്യേകം അനുശാസിക്കുന്നു:

> നിങ്ങളുടെ ദാനധർമങ്ങൾ പോലും (സക്കാത്ത്) മനുഷ്യമഹത്വത്തെ മുറിപ്പെടുത്തുന്ന തരത്തിലാവരുത്. സത്യവിശ്വാസികളെ അല്ലാഹുവിലും അന്ത്യദിനത്തിലും വിശ്വസിക്കാതെ മനുഷ്യരെ കാണിക്കാൻ മാത്രം ധനം ചെലവാക്കുന്നവനെപ്പോലെ (അത്തരക്കാർ അവരുടെ ദാനത്തെ നിഷ്ഫലമാക്കുകയാണ്) ചെയ്ത ഉപ

> കാരണങ്ങളെടുത്ത് പറഞ്ഞും ദാനം സ്വീകരിച്ചവരെ മാനസികമായി വേദനിപ്പിച്ചും നിങ്ങളുടെ ദാനങ്ങളെ നിഷ്ഫലമാക്കി കളയരുത്. അവന്റെ സ്ഥിതി മിനുസമുള്ളൊരു പാറക്കല്ലുപോലെയാണ്. അതിന്മേൽ മണ്ണുണ്ട്.ആ സ്ഥിതിയിൽ അതിൽ ഒരു വിത്തിട്ട് അത് മുളച്ചു. പിന്നീട് ശക്തിയായൊരു മഴ അതിൽ പതിച്ചു. അതോടെ മണ്ണും വിത്തും ഒന്നായി ഒലിച്ചു പോയി. ഉറപ്പും മിനുസവുമുള്ള ഒരു പാറക്കല്ലുമാത്രമാണ് അവിടെ അവശേഷിച്ചത്. തങ്ങൾ അധ്വാനിച്ചതിന്റെ യാതൊരു ഫലവും കരസ്ഥമാക്കാൻ അവർക്ക് കഴിയുകയില്ല. സത്യനിഷേധികളായ ജനതയെ അല്ലാഹു വഴികാണിക്കുകയില്ല. (ഖുർ–ആൻ 2:264)

ഖുർ–ആൻ അനുശാസിക്കുന്നതനുസരിച്ച് മറ്റുള്ളവരുടെ അഭിമാനത്തിന് മുറിവേൽപ്പിക്കുന്നതിനോ കീർത്തിനേടുന്നതിനുവേണ്ടിയോ നടത്തുന്ന ദാനധർമങ്ങൾ നിഷ്ഫലമാണ്. മനുഷ്യരാശിയെ സേവിക്കുക എന്നതായിരിക്കണം യഥാർഥ ദാനധർമങ്ങളുടെ ലക്ഷ്യം. അല്ലാതുള്ളവ പാറപ്പുറത്തെ പൊടി ഒലിച്ചുപോകുന്നതുപോലെ ഒലിച്ചു പോകുമെന്ന് ഖുർ–ആൻ പറയുന്നു. കാരണം അവർക്ക് സാമൂഹ്യഘടനയിൽ വേരുകളില്ല. നേരത്തെ ചൂണ്ടിക്കാട്ടിയതുപോലെ സാന്ദർഭികവും സാർവകാലികവുമായ പ്രസക്തിയുള്ള പ്രസ്താവനകൾ ഖുർ–ആനിൽ കാണാൻ കഴിയും. നിർബന്ധ ദാനത്തെക്കുറിച്ച് പറയുന്ന ഖുർ–ആൻ ഭാഗം പ്രവാചകന്റെ ജീവിതകാലത്തെ സാമൂഹ്യഘടനയോട് ബന്ധപ്പെടുത്തിയുള്ള പ്രസ്താവനയാണെന്നോർക്കുക.

ഇത് പ്രകാരം നിർബന്ധദാനം കൊടുക്കുന്നത് സമ്പദ്ഘടനയിലെ അസന്തുലിതാവസ്ഥ പരിഹരിക്കുന്നതിനുള്ള ശാശ്വതപരിഹാരമായി ഖുർ–ആൻ അനുശാസിക്കുന്നില്ലെന്ന് വ്യക്തം. സമ്പദ്ഘടനയുടെ കാര്യത്തിൽ ഖുർ–ആൻ ഊന്നൽ കൊടുക്കുന്നത് മനുഷ്യമഹത്വത്തിനാണ്. സമത്വത്തിനും മനുഷ്യാന്തസിനും പ്രാധാന്യം നൽകുന്ന ഇസ്ലാമിക് സമൂഹത്തിൽ യാചനപോലുള്ള പ്രവൃത്തികൾ എത്ര നികൃഷ്ടമാണെന്ന് പറയേണ്ടല്ലോ, അനാഥാലയങ്ങളും മറ്റും ഇസ്ലാമിക് തത്വങ്ങൾ ശരിക്കും പാലിക്കപ്പെടുന്നെങ്കിൽ പോലും മനുഷ്യാന്തസിന് മുറിവേൽപ്പിക്കുന്നവയാണ്. ഇത്തരം ജീവകാരുണ്യ പ്രവർത്തനങ്ങൾ എല്ലാംതന്നെ നിയന്ത്രിക്കുന്നത് അന്യായമായ മാർഗങ്ങളിലൂടെ സ്വത്ത് വാരിക്കൂട്ടിയ സമ്പന്നന്മാരാണ്. ഇവർ നടത്തുന്ന ഇത്തരം പ്രവർത്തനങ്ങൾ സാമൂഹ്യസംഘർഷത്തിനയവ് വരുത്തുന്നതിനും അനീതി നിറഞ്ഞ സാമൂഹ്യഘടനയെ താങ്ങിനിർത്തുന്നതിനും മാത്രമാണ് സഹായകമാവുന്നത്.

ഖുർ–ആനിലെ അടുത്തവാചകം പ്രത്യേകം ശ്രദ്ധേയമാണ്. അല്ലാഹുവിന്റെ പ്രീതി ആഗ്രഹിച്ചുകൊണ്ട് തങ്ങളുടെ ഹൃദയങ്ങളെ സത്യമാർഗത്തിൽ ഉറപ്പിച്ചുനിർത്തിക്കൊണ്ട് തങ്ങളുടെ ധനം ചെലവ് ചെയ്യുന്നവരുടെ സ്ഥിതി ഒരു കുന്നിന്മേൽ സ്ഥിതിചെയ്യുന്ന തോട്ടം പോലെ

യാകുന്നു. അതിന് ശക്തിയായ മഴ തട്ടുമ്പോൾ അത് ഇരട്ടി ഫലം പുറപ്പെടുവിക്കും. അഥവാ ലഘുവായ മഴയാണ് കിട്ടുന്നതെങ്കിൽപോലും അത് മിതമായി ഫലം പുറപ്പെടുവിക്കും (2:265). ഈ പ്രസ്താവനകളെല്ലാം വ്യക്തമാക്കുന്നത് എന്താണ്? സമ്പത്ത് ചെലവഴിക്കുന്നത് അല്ലാഹുവിന്റെ പ്രീതിക്കായും സ്വന്തം ആത്മാവിനെ ശക്തിപ്പെടുത്തുന്നതിനുമായിരിക്കണം. ഇസ്ലാമിക്ക് സമൂഹത്തിൽ നിലവിലിരിക്കുന്ന കീർത്തി മോഹിച്ചുള്ള ജീവകാരുണ്യ പ്രവർത്തനങ്ങൾകൊണ്ട് ഈ രണ്ട് ലക്ഷ്യങ്ങളും നിറവേറ്റപ്പെടുന്നില്ല. ഉപഭോഗ സംസ്കാരത്താൽ നയിക്കപ്പെടുന്ന പാശ്ചാത്യ സമൂഹത്തിന്റെ ദുർവ്യയമാകട്ടെ മനുഷ്യാത്മാവിനെ ശക്തിപ്പെടുത്തുന്നതിന് പകരം വികലമാക്കാനാണ് ഉതകുന്നത്. ഈ രണ്ട് സമ്പ്രദായങ്ങൾക്കും പകരം ഉൽപ്പാദനവും ഉപഭോഗവും സമൂഹം കൂട്ടായി നിയന്ത്രിക്കുന്ന പൊതുഉടമാസമ്പ്രദായം ഏർപ്പെടുത്തിയാൽ മാത്രമേ ഈ കാര്യത്തിൽ ഖുർ-ആൻ അനുശാസിക്കുന്ന തത്വങ്ങൾ നിറവേറപ്പെടുകയുള്ളൂ. വ്യാവസായിക സമ്പദ്വ്യവസ്ഥയെ കയറൂരി വിട്ടാൽ അവ സ്വകാര്യവ്യക്തികളുടെ അമിതലാഭം വർധിപ്പിക്കുകയും മനുഷ്യന്റെ കൃത്രിമ ആവശ്യങ്ങളെ മാത്രം പോഷിപ്പിക്കുകയും ചെയ്യും. അതാണിന്ന് നടക്കുന്നത്. ആത്മാവിനെ ക്ഷീണിപ്പിക്കുന്ന കായികാധ്വാനത്തെയും അത് വഴി സംഭവിക്കുന്ന അന്യവൽക്കരണത്തിനും അറുതി വരുത്തണമെങ്കിൽ ഇന്നത്തെ മുതലാളിത്ത സമ്പദ്വ്യവസ്ഥ സോഷ്യലിസ്റ്റ് വ്യവസ്ഥക്ക് വഴി മാറുക തന്നെ ചെയ്യണം.

പരിശുദ്ധ ഖുർ-ആൻ ആവർത്തിച്ചുറപ്പിക്കുന്ന കാര്യമാണ് മനുഷ്യന്റെ അധ്വാനം അതർഹിക്കുന്ന പ്രതിഫലം നേടണമെന്നത്. അവരവരുടെ ജോലിയുടെ പ്രതിഫലം അവരവർക്ക് തന്നെ ലഭിക്കണം. അന്യരുടെ അധ്വാനഫലം കൊള്ളയടിച്ച് ജീവിക്കാൻ ആരേയും അനുവദിച്ചുകൂടാ. ഇസ്ലാമിക് സമ്പദ്വ്യവസ്ഥയുടെ അടിസ്ഥാനം നീതിയും ഉദാരതയും ചൂഷണത്തിന്റെ സമ്പൂർണമായ ഉന്മൂലനവുമാണ്. മുതലാളിത്ത സമ്പദ്വ്യവസ്ഥയുടെ തിന്മകളെ ഉന്മൂലനം ചെയ്യാതെ ഇസ്ലാമിക് സമ്പദ്വ്യവസ്ഥക്ക് അടിസ്ഥാനമിടാൻപോലും ആവുകയില്ലെന്ന കാര്യത്തിൽ രണ്ടഭിപ്രായത്തിന് വകയില്ല.

വ്യാവസായിക സമ്പദ്വ്യവസ്ഥയെക്കുറിച്ചാണ് നമ്മൾ പരാമർശിക്കുന്നത്. ആ സ്ഥിതിക്ക് വ്യാവസായിക ലാഭത്തെയും വ്യാപാരലാഭത്തെയും നമ്മൾ വ്യവച്ഛേദിക്കേണ്ടതുണ്ട്. നേരത്തെ സൂചിപ്പിച്ചതുപോലെ ഇസ്ലാം ഉത്ഭവിക്കുന്നത് മക്കയിലെ വ്യാപാരാധിഷ്ഠിത സമൂഹത്തിലാണ്. ചൂഷണാധിഷ്ഠിതമോ അനീതി നിറഞ്ഞതോ അല്ലാത്ത പല വ്യാപാര നിയമങ്ങളേയും ഇസ്ലാം അംഗീകരിക്കുകയുണ്ടായി. കരിഞ്ചന്ത, പൂഴ്ത്തിവെപ്പ് തുടങ്ങിയ അന്യായമാർഗങ്ങളൊഴിവാക്കിക്കൊണ്ടുള്ള വ്യാപാരലാഭത്തെ ഇസ്ലാം അനുവദിച്ചുകൊടുത്തു. വ്യാജചരക്കുകളുടെയും കൃത്രിമസാധനങ്ങളുടെയും വ്യാപാരത്തെ പ്രവാചകൻ കഠിനമായി വിലക്കിയിരുന്നു. വ്യാപാരി താൻ വിൽക്കുന്ന ഏതൊരു വസ്തു

വിന്റേയും ഗുണമഹിമകളെക്കുറിച്ച് ബോധമുള്ളവനും വാങ്ങിക്കുന്നവരുടെ സംശയങ്ങൾ തീർത്തുകൊടുക്കുന്നവനും ആയിരിക്കണം.

അന്യരുടെ അധ്വാനത്തിൽനിന്ന് ലാഭം കൊയ്തുകൂട്ടുന്നതിനെ ഇസ്ലാം ഒരിക്കലും അനുകൂലിക്കുന്നില്ല. അബുളസാത്ത് ഷാറ്റിബി തറപ്പിച്ചുപറയുന്നു. സമൂഹത്തിന്റെ താൽപ്പര്യം എപ്പോഴും വ്യക്തിയുടെ താൽപ്പര്യത്തിന് മീതെ ആയിരിക്കണം. ഇതെല്ലാം നോക്കുമ്പോൾ ഇസ്ലാം വ്യാപാരത്തിൽനിന്നുള്ള ലാഭം അനുവദിക്കുന്നതുതന്നെ അത് നിയമാധിഷ്ഠിതവും ചൂഷണവിമുക്തവും ആയിരിക്കുന്നിടത്തോളം മാത്രമാണ്. സമൂഹത്തിന്റെ പൊതുതാൽപ്പര്യം ഒരു തരത്തിലും അവഗണിക്കപ്പെടരുത്. എന്നാൽ വ്യാവസായിക ലാഭത്തിന്റെ കാര്യം ഇങ്ങനെയല്ല. വ്യാവസായിക ലാഭം വ്യാപാരലാഭത്തിലെന്നതുപോലെ കേവലം കൈമാറ്റത്തിൽ നിന്നുരുത്തിയിരുന്നതല്ല. ഇത് തൊഴിലാളികളുടെ അധ്വാനത്തിന്റെ ഉൽപ്പന്നമാണ്. അധ്വാനത്തിന്റെ മിച്ചമൂല്യമാണ് വ്യാവസായികലാഭം. അതിനാൽ ഇസ്ലാമിക് സമ്പദ് വ്യവസ്ഥയുടെ തത്വങ്ങൾ നടപ്പിലാക്കണമെങ്കിൽ ഉൽപ്പാദന സമ്പ്രദായമാകെ പൊതു ഉടമസ്ഥതയിൽ കൊണ്ടുവരേണ്ടതാണ്. ഭൂമിയുൾപ്പെടെയുള്ള ഉൽപ്പാദനോപകരണങ്ങൾ പൊതു ഉടമസ്ഥതയിൽ കൊണ്ടുവരുന്നതിലൂടെമാത്രമേ അധ്വാനത്തിന്റെ ചൂഷണത്തിന് അറുതിവരുത്താനാകൂ. സമൂഹത്തിന്റെ പൊതു താൽപ്പര്യങ്ങൾ സംരക്ഷിക്കപ്പെടാനുള്ള മാർഗം ഇതുമാത്രമാണ്.

നിർബന്ധദാനം, പലിശ എന്നിവ രണ്ടും ഇസ്ലാമിക് സമ്പദ്വ്യവസ്ഥയുടെ രണ്ട് താക്കോലുകളാണ്. വളരെ പ്രചാരം നേടിയവയെങ്കിലും വ്യാപകമായി തെറ്റിദ്ധരിക്കപ്പെട്ടിട്ടുള്ള രണ്ടു സംജ്ഞകളാണിവ. ആദ്യം നമുക്ക് സക്കാത്ത് അഥവാ നിർബന്ധദാനത്തിന്റെ കാര്യം പരിശോധിക്കാം. വരുമാനത്തിന്റെ 2 1/2 ശതമാനം എന്നാണ് പൊതുവേ കണക്കാക്കപ്പെട്ടിരിക്കുന്നത്. വ്യാവസായിക സമ്പദ്വ്യവസ്ഥയുടെ സങ്കീർണതകൾ കണക്കിലെടുത്തുകൊണ്ടുള്ള ഒരു നിരക്കല്ലിത്. പൊതുവേ ഈ രംഗത്ത് തൊഴിലാളിയും തൊഴിലുടമയും വരുമാനത്തിന്റെ കാര്യത്തിൽ സാരമായ അന്തരം നിലനിൽക്കുന്നു. ആ നിലക്ക് 2 1/2 ശതമാനം എന്ന നിരക്ക് സമ്പത്തിന്റെ അസന്തുലിതാവസ്ഥ പരിഹരിക്കാൻ ഒട്ടും പര്യാപ്തമല്ല. അതിന്റെ കേന്ദ്രീകരണം എല്ലാത്തരം അനീതികൾക്കും കാരണമായി ഭവിക്കുകയും ചെയ്യുന്നു. ഖുർ-ആൻ ഈ കാര്യത്തിൽ പ്രത്യേകം നിരക്കൊന്നും നിർദേശിക്കുന്നില്ലെങ്കിലും ഈ കാര്യത്തിൽ പാലിച്ചിരിക്കേണ്ട തത്വങ്ങൾ മുന്നോട്ട് വയ്ക്കാറുണ്ട്. ന്യായമായ ജീവിതാവശ്യം കഴിച്ച് ബാക്കിയുള്ളത് മറ്റുള്ളവർക്കായി ചെലവഴിക്കണമെന്നാണ് ഖുർ-ആൻ അനുശാസിക്കുന്നത്. (2:219) സമ്പന്നരിൽനിന്ന് സമ്പത്ത് ദരിദ്രരിലേക്ക് പ്രവഹിക്കുന്നതിന് ഉതകത്തക്കവണ്ണമുള്ള നികുതിവ്യവസ്ഥകൾ കാലാകാലങ്ങളിൽ നടപ്പിലാക്കേണ്ടതുണ്ടെന്ന് ഈ ഭാഗം വ്യക്തമാക്കുന്നു. സക്കാത്തിന്റെ അളവല്ല അതിലടങ്ങിയിരിക്കുന്ന തത്വമാണ് പ്രധാനം.

സക്കാത്ത് പിരിക്കുക – തുകയത്രയും പലിശയില്ലാത്ത കടങ്ങളായി സമൂഹത്തിന്റെ ദുർബലവിഭാഗങ്ങളുടെ പാർപ്പിടപ്രശ്നം, ആരോഗ്യസംരക്ഷണം, തൊഴിലില്ലായ്മ വേതനം, അടിമപ്പണികളിൽനിന്നുള്ള വിടുതൽ തുടങ്ങിയ പ്രവർത്തനങ്ങൾക്ക് പ്രയോജനപ്പെടണം. അവികസിത രാജ്യങ്ങളിൽ പ്രത്യേകിച്ചും ഇത്തരം പരിഷ്ക്കാരങ്ങൾ അടിയന്തരമായും നടപ്പാക്കേണ്ടതുണ്ട്.

പലിശ എന്ന സങ്കൽപ്പവും തുല്യപ്രാധാന്യം അർഹിക്കുന്നു. മുതലാളിത്ത ചട്ടക്കൂട്ടിനകത്ത് നിന്നുകൊണ്ടുള്ള പലിശവിമുക്ത ബാങ്കുകൾ, ലാഭവിഹിതം വീതിക്കുന്ന സംവിധാനം ഏർപ്പെടുത്തുക എന്നതല്ല ഇതിന്റെ അർഥം. നേരത്തെ സൂചിപ്പിച്ചതുപോലെ ഉൽപ്പാദനാധിഷ്ഠിതമായ വ്യാവസായിക സമ്പദ്വ്യവസ്ഥ വ്യാപകമായ ചൂഷണത്തിന് വഴിയൊരുക്കുന്നു. ഉപഭോഗം, ഉൽപ്പാദനം, വിതരണം ഇവയുടെ സമഗ്രത കണക്കിലെടുത്തുകൊണ്ടാവണം പലിശക്കാര്യം പരിഗണിക്കാൻ. ഇവിടെ ചൂഷണം ഒഴിവാക്കുക എന്നതാണ് പലിശ വാങ്ങരുതെന്നതിന്റെ ശരിയായ അർഥം. എല്ലാതരത്തിലുള്ള ചൂഷണത്തേയും അവസാനിപ്പിക്കുകയാണ് പലിശതടയുക എന്നതുകൊണ്ട് ഖുർ–ആൻ ഉദ്ദേശിക്കുന്നത്.

സമ്പദ്വ്യവസ്ഥയുടെ ഇസ്ലാമികവൽക്കരണം ലക്ഷ്യമാക്കി പാകിസ്ഥാൻ ഗവൺമെന്റ് നിയമിച്ച ഒരു വിദഗ്ധകമ്മിറ്റി ഇതേക്കുറിച്ച് സമർപ്പിച്ച റിപ്പോർട്ടിലെ പ്രസക്തഭാഗം ഇവിടെ ഉദ്ധരിക്കുകയാണ്. പലിശക്കെതിരായ ഇസ്ലാമിക വിലക്ക് മുതലാളിത്തവ്യവസ്ഥയെ തന്നെയാണ് നിഷേധിക്കുന്നത്. സമ്പദ്വ്യവസ്ഥയെ പൂർണമായും ഇസ്ലാമിക് മാർഗത്തിൽ കൊണ്ടുവരുന്നതിനുള്ള മാർഗനിർദേശമാണിതിൽ അടങ്ങിയിരിക്കുന്നത്. ഇത് ഉൾക്കൊള്ളാതെ പലിശ നിഷേധിക്കുന്നത് കുതിരയെ വണ്ടിക്ക് പിന്നിൽകെട്ടുന്നതിന് തുല്യമാണ്. പലിശയ്ക്ക് പകരം ലാഭവിഹിതം വീതിക്കുക എന്ന സമ്പ്രദായം ചൂഷണത്തിന്റെ ആഴം വർധിപ്പിക്കുന്നതിലാണ് പര്യവസാനിക്കുക. ഇത് Al-Adl-Wal-Asha എന്ന ഇസ്ലാമിക് തത്വത്തിന്റെ നിഷേധമായിരിക്കും.

ആധുനിക മുതലാളിത്ത സമ്പദ്വ്യവസ്ഥയുടെ ശ്രദ്ധേയമായ ഒരു പ്രശ്നം വർധിച്ചുവരുന്ന നാണയപ്പെരുപ്പം ആണ്. നാണയപ്പെരുപ്പം വർധിക്കുന്ന ഒരു സമ്പദ്വ്യവസ്ഥയിൽ സമ്പാദിക്കുന്നത് നഷ്ടവും ചെലവാക്കുന്നത് ലാഭവുമാണെന്ന് വരുന്നു. ഈ സ്ഥിതിയിൽ പലിശ എന്ന പദം ഒഴിവാക്കിക്കൊണ്ട് സങ്കീർണമായ മാർഗങ്ങളിലൂടെ ലഘുവായ മുതൽമുടക്കിൽനിന്നും വൻലാഭം കൊയ്തുകൂട്ടുന്ന സമ്പദ്വ്യവസ്ഥ ഇസ്ലാമിക് നീതി പുലർത്തുന്നതിന് പ്രതികൂലമായി ഭവിക്കുന്നു.

വിശുദ്ധ ഖുർ–ആൻ നമുക്ക് നൽകുന്ന സാമൂഹ്യവീക്ഷണം കണക്കിലെടുത്തുകൊണ്ട് നമ്മൾ കാലാകാലങ്ങളിൽ ധനകാര്യസ്ഥാപനങ്ങളുടെ ഘടനയിലും സമീപനത്തിലും മാറ്റം വരുത്തേണ്ടതുണ്ട്. ഇസ്ലാമിക് ദൈവശാസ്ത്രജ്ഞന്മാർ മധ്യകാലഘട്ടത്തിന്റെ ധനകാര്യാവശ്യ

ങ്ങൾ കണക്കിലെടുത്തുകൊണ്ട് ആസൂത്രണം ചെയ്ത സമ്പദ്വ്യവസ്ഥ ഇന്നത്തെ കാലത്തിനൊട്ടും യോജിച്ചതല്ല. സ്ഥാപനങ്ങളോരോന്നും അവയുടെ ലക്ഷ്യം നിറവേറ്റാനുള്ളതാണെന്നല്ലാതെ, അവ അവയ്ക്കുവേണ്ടി തന്നെ തീർക്കപ്പെട്ടവയല്ല. ഖുർ-ആൻ ഉയർത്തിപ്പിടിക്കുന്ന മൂല്യസങ്കൽപ്പങ്ങൾക്ക് മുറിവേൽപ്പിക്കപ്പെടുമ്പോൾ ഉപകരണങ്ങൾ ഒന്നൊന്നായി മാറ്റേണ്ടതായിവരും. ഈ ഭാഗം അവസാനിപ്പിക്കുന്നതിനുമുമ്പ് മറ്റൊരു പ്രധാനകാര്യം കൂടി പരാമർശിക്കേണ്ടിയിരിക്കുന്നു. നബിയുടെ കാലത്തെ മക്കയിലേതുപോലെ ചെറിയതോതിലുള്ള സ്വകാര്യ വ്യാപാര സ്ഥാപനങ്ങളെ ഇന്നത്തെ ബഹുരാഷ്ട്രകുത്തകകളും കുത്തകമുതലാളിമാരും നടത്തുന്ന വൻകിട ബിസിനസ്സുകളോട് താരതമ്യപ്പെടുത്തുന്നത് ശരിയല്ലെന്ന കാര്യമാണത്. ഖുർ-ആൻ സങ്കൽപ്പപ്രകാരം വ്യക്തിയുടെ താൽപ്പര്യങ്ങളേക്കാൾ പ്രധാനം സമൂഹതാൽപ്പര്യങ്ങൾക്കാണ്. ഈ സാഹചര്യത്തിൽ, സ്വകാര്യമേഖലകളേക്കാൾ ദേശസാൽകൃത മേഖലകളാണ് ഇസ്ലാമിക് സത്ത സംരക്ഷിക്കുന്നതെന്ന് വ്യക്തമാണ്.

4

ഇസ്ലാമിക് മതമൗലികവാദവും രാഷ്ട്രീയ ലക്ഷ്യങ്ങളും

രാഷ്ട്രീയത്തിൽ സംജ്ഞകൾക്കും പ്രയോഗങ്ങൾക്കുമല്ല ലക്ഷ്യങ്ങൾക്കാണ് പ്രാധാന്യം. രാഷ്ട്രീയക്കാരുടെ വാക്കുകളും പ്രഖ്യാപനങ്ങളും ആരെയും തെറ്റിദ്ധരിപ്പിക്കാൻ മതിയായവയാണ്. വാക്കുകളേക്കാൾ അവ ഉച്ചരിക്കുന്നവരുടെ ലക്ഷ്യങ്ങൾ ശരിക്കു മനസിലാക്കുകയാണ് നമ്മൾ ചെയ്യേണ്ടത്. ഇസ്ലാമിക് ഫണ്ടമെന്റലിസം, ഇസ്ലാമിക് സ്റ്റേറ്റ്, ഇസ്ലാമികവൽക്കരണം തുടങ്ങിയ പ്രയോഗങ്ങൾ എഴുപതുകളുടെ തുടക്കം മുതൽ എല്ലാ മുസ്ലീം രാജ്യങ്ങളിലേയും ഭരണാധികാരികൾ ധാരാളമായി ഉപയോഗിക്കുന്നുണ്ട്. ഏതാണ്ടെല്ലാ പാശ്ചാത്യ മാധ്യമങ്ങളും അവരുടേതായ കാരണങ്ങളാൽ ഇതിനു വൻ പ്രചാരം കൊടുക്കുകയും ചെയ്യുന്നു. നമ്മുടെ അയൽരാജ്യമായ പാകിസ്ഥാന്റെ പ്രത്യേക പശ്ചാത്തലത്തിൽ ഈ പ്രയോഗങ്ങളുടെ സാമൂഹ്യ രാഷ്ട്രീയ പ്രസക്തിയെന്തെന്ന് വിശകലനം ചെയ്യാനാണിവിടെ ശ്രമിക്കുന്നത്.

ഇസ്ലാമിക് മൗലികവാദം (Islamic Fundamentalism) എന്ന പ്രയോഗം ആരാണാദ്യം നടത്തിയത്? എപ്പോഴാണ് നടത്തിയത്? വളരെ പ്രധാനപ്പെട്ടതാണിതിന്റെ ഉത്തരങ്ങൾ. സൗദി അറേബ്യ, ഇറാൻ, പാകിസ്ഥാൻ എന്നീ രാജ്യങ്ങളാണ് ഇസ്ലാമികവൽക്കരണത്തെക്കുറിച്ച് വാതോരാതെ സംസാരിക്കുന്നത്. യഥാർഥ ഇസ്ലാമിക് നിയമങ്ങൾകൊണ്ട് എന്താണോ ഉദ്ദേശിക്കുന്നത് അത് നിറവേറ്റുകയാണോ അതോ മറ്റുവല്ലതുമാണോ ഇതിന്റെ പിന്നിലുള്ളത് എന്ന കാര്യം പരിശോധിക്കുമ്പോഴാണ് പൂച്ച പുറത്തുചാടുന്നത്. മേൽപ്പറഞ്ഞ രാജ്യങ്ങളിലെ യഥാതഥാവസ്ഥ (Statusquo) ഭദ്രമാക്കുന്നതിന് ഭരണാധികാരിവർഗത്തിന്റെ ആയുധശേഖരത്തിലെ മറ്റൊരായുധമാണിത്തരം പദപ്രയോഗങ്ങൾ. ഇസ്ലാമിക് വൽക്കരണത്തെക്കുറിച്ചാണയിടുന്ന ഈ രാജ്യങ്ങൾക്കു തന്നെ അന്യോന്യം അംഗീകാരമോ ആദരവോ ഇല്ല. ഇവ അന്യോന്യം കുറ്റ

പ്പെടുത്തുന്നു എന്നതുതന്നെ ഇവരുടെ കാപട്യം പുറത്തുകൊണ്ടുവരുന്നു.

ഭൂരിപക്ഷം മുസ്ലീം രാജ്യങ്ങളും മൂന്നാം ലോകരാജ്യങ്ങൾ എന്നറിയപ്പെടുന്ന ഭൂപ്രദേശത്തുള്ളവയാണ്. പ്രത്യക്ഷമായോ പരോക്ഷമായോ ദീർഘകാലം പാശ്ചാത്യ കൊളോണിയൽ ശക്തികൾ ഈ രാജ്യങ്ങൾക്കുമേൽ ആധിപത്യം ചെലുത്തിയിരുന്നു. ഇന്നും ഈ രാജ്യങ്ങളിലെ ഭരണാധികാരികൾ തങ്ങളുടെ നിലനിൽപ്പിനും സാമ്പത്തികവികസനത്തിനും കൊളോണിയൽ ശക്തികളെ ആശ്രയിക്കുന്ന രാജ്യങ്ങളാണ്. ഇതുകൊണ്ടുതന്നെ പാശ്ചാത്യരാജ്യങ്ങളും അവരുടെ പണ്ഡിതന്മാരും ഇസ്ലാമിനെക്കുറിച്ച് അവരുടേതായ ഒരു ഭാഷ്യം ചമച്ചു പ്രചരിപ്പിച്ചുവരുന്നു. ഇസ്ലാമിനെക്കുറിച്ചും ഇസ്ലാമിക് ജനതയെക്കുറിച്ചും നമ്മളുൾക്കൊള്ളുന്ന ധാരണകളിൽ പലതും ഇത്തരം പ്രചാരണങ്ങൾകൊണ്ട് നിറം പിടിപ്പിച്ചവയാണ്. എഡ്വേർഡ് സെയ്ദ് രേഖപ്പെടുത്തിയിരിക്കുന്നു. 'റെനാൻ' മുതൽ ഗോർഡ്ഷിർവരേയും മാക്കഡൊണാൾഡ് മുതൽ ഗ്രൂൻബോം വരേയും ഗിബ്ബ്, ബർണാഡ് ലൂയിസ് തുടങ്ങിയവരും പൗരസ്ത്യവിജ്ഞാനത്തിൽ അവഗാഹം നേടിയവരടക്കമുള്ള സർവ പണ്ഡിതന്മാരും മനസിലാക്കിയതും പ്രചരിപ്പിച്ചതും ഇസ്ലാം ഒരു സാംസ്കാരിക സമന്വയത്തിന്റെ മാതൃകയാണെന്ന് മാത്രമാണ്. അതിനൊരു സമ്പദ്ഘടനയോ സാമൂഹ്യശാസ്ത്രമോ രാഷ്ട്രീയ വീക്ഷണമോ ഉള്ളതായി അവർ മനസിലാക്കിയില്ല. മുസ്ലീങ്ങൾപോലും ഇന്ന് ഈ ധാരണകൾ വെച്ചുകൊണ്ടാണ് ഇസ്ലാമിനെ മനസിലാക്കുന്നത്. ഇസ്ലാമിന്റെ പേരിൽ മുസ്ലീം രാജ്യങ്ങളിൽ നടന്നുവരുന്ന സർവതിനേയും ന്യായീകരിക്കാനോ അതെല്ലാം ശരിയാണെന്ന് സ്ഥാപിക്കാനോ അല്ല ഈ വിമർശനം ഉന്നയിക്കുന്നത്. ഇസ്ലാമിക് ഫണ്ടമെന്റലിസം എന്ന പ്രതിഭാസത്തിന്റെ ശരിയായ ഒരു പരിപ്രേക്ഷ്യം ചമയ്ക്കേണ്ടത് നമ്മുടെ ഈ പഠനത്തിൽ അത്യന്താപേക്ഷിതമാണ്. ആദ്യമായി നമുക്ക് ഇറാനിലെ സംഭവവികാസങ്ങൾ നോക്കാം.

ഇറാനിലെ ഷാ, അമേരിക്കൻ സാമ്രാജ്യത്വത്തിന്റെ ശക്തനായ ഒരു ദല്ലാളെന്ന നിലയിൽ മധ്യപൂർവ ദേശത്ത് കളിക്കുകയായിരുന്നു. സമ്പന്നമായ എണ്ണനിക്ഷേപത്തിന്റെ കേന്ദ്രങ്ങളായ ഈ പ്രദേശങ്ങളിൽ തങ്ങളുടെ മേധാവിത്വം ഉറപ്പാക്കുക എന്നത് അമേരിക്കയുടെ സാമ്പത്തിക താൽപ്പര്യങ്ങൾക്ക് ഗുണകരമാണ്. ഇത് സംരക്ഷിക്കുന്ന കാര്യത്തിൽ അമേരിക്ക ഷായെ ഒരു ഉപകരണമാക്കുകയായിരുന്നു. എഴുപതുകളുടെ മധ്യത്തിൽ എണ്ണയുടെ വില അമിതമായി വർധിപ്പിക്കാനും അങ്ങനെ നേടിയ പണം മുഴുവൻ കൊടുത്ത് അമേരിക്കയിൽ നിന്ന് ആയുധങ്ങൾ വാങ്ങിക്കൂട്ടാനും ഷാ പ്രേരിതനായി. ഇത് അമേരിക്കയുടെ തന്ത്രമായിരുന്നു. 1973 ലെ അറബ് – ഇസ്രയേൽ യുദ്ധത്തെ തുടർന്ന് സംഭവിച്ച എണ്ണവിലയുടെ കുതിച്ചുകയറ്റത്തെ വിലയിരുത്തിക്കൊണ്ട് ഫ്രഞ്ചു ധനതത്വശാസ്ത്രജ്ഞനായ ജീൻജാകിസെർവൻഷ്റ്റെസർ അദ്ദേഹത്തിന്റെ ഏറ്റവും വലിയ പുസ്തകമായ (The World Challenge) *ലോകത്തിന്റെ*

വെല്ലുവിളി എന്ന പുസ്തകത്തിൽ ഇങ്ങനെ രേഖപ്പെടുത്തിയിരിക്കുന്നു.

1971 ലും 72 ലും കിസിങ്ങർ ഷായുമായി സംഭാഷണം നടത്തുകയും ലഭ്യമായ എല്ലാ ആധുനിക ആയുധങ്ങളും അമേരിക്ക ഇറാന് നൽകാമെന്ന് ഉറപ്പു നൽകുകയും ചെയ്തു. ലോകസാഹചര്യങ്ങളിലുണ്ടായ ചരിത്രവികാസത്തെ പ്രതിഫലിപ്പിക്കുന്നു എന്ന അവകാശവാദവുമായി ഷാ നടപ്പിലാക്കിയ പരിഷ്ക്കാരങ്ങളത്രയും പൗരസ്ത്യവിജ്ഞാനികളെ സംബന്ധിച്ചിടത്തോളം കുസൃതിക്കുട്ടികൾക്ക് ശലഭങ്ങളെന്നപോലെ ആയിരുന്നു. അവർ വിനോദത്തിനുവേണ്ടി അവയെ കൊല്ലുകയോ അവഗണിക്കുകയോ തന്നെ ചെയ്തു. അറബികളും ഇസ്ലാമും ഒന്നുതന്നെയാണെന്ന തരത്തിൽ പാശ്ചാത്യമാധ്യമങ്ങൾ നടത്തുന്ന പ്രചരണം ലോകവ്യാപകമായി സ്വാധീനം ചെലുത്തപ്പെട്ടിട്ടുണ്ട്. ഇസ്ലാമിനെക്കുറിച്ചും മുസ്ലീങ്ങളെക്കുറിച്ചുമുള്ള പാശ്ചാത്യനിഗമനങ്ങളെ വിലയിരുത്തിക്കൊണ്ട് എഡ്വേർഡ് സെയ്ദ് ഇങ്ങനെ എഴുതുന്നു:

> മുഖ്യമായും മൂന്നുകാര്യങ്ങളാണ് അറബ് – ഇസ്ലാം പ്രശ്നത്തിന്റെ ഏതു ചെറിയ വശങ്ങൾ പോലും ഗൗരവമായി രാഷ്ട്രീയവൽക്കരിക്കുന്നതിന്റെ പിന്നിൽ കാണാൻ കഴിയുന്നത്. 1. പാശ്ചാത്യലോകത്ത് നിലവിലിരിക്കുന്ന വ്യാപകമായ അറബ് വിരുദ്ധ ഇസ്ലാം വിരുദ്ധ മുൻവിധികൾ. 2. അറബികളും ഇസ്രായേൽ സിയോണിസ്റ്റുകളും തമ്മിൽ നടക്കുന്ന സംഘട്ടനവും അത് അമേരിക്കയിലും ഇതരലോകത്തും നടത്തുന്ന പ്രതികരണങ്ങളും 3. അറബികൾ – ഇസ്ലാം ഇവയെ വേർതിരിച്ചു മനസിലാക്കുന്നതിനുള്ള സാംസ്ക്കാരിക അസ്തിത്വത്തിന്റെ അഭാവം. മധ്യപൂർവേഷ്യയിൽ കേന്ദ്രീകരിച്ച സമ്പദ്വ്യവസ്ഥ, സ്വാതന്ത്ര്യകാംക്ഷികളും ജനാധിപത്യകുതുകികളുമായ ഇസ്രയേലും ഭീകരപ്രവർത്തകരായ അറബ് തീവ്രവാദികളും തമ്മിലുള്ള ഏറ്റുമുട്ടൽ ഇവയൊക്കെയുമായി ആ പ്രദേശത്തെ ജനജീവിതം താദാത്മ്യം പ്രാപിച്ചിരിക്കുന്നു. കുതിച്ചുയരുന്ന എണ്ണവില ഉപയോഗിച്ച് ആയുധങ്ങൾ വാരിക്കൂട്ടുന്നതിൽ മാത്രമാണ് അറബികൾ ശ്രദ്ധിക്കുന്നത്.

1973 ൽ ഈ പ്രശ്നം കൈകാര്യം ചെയ്തുകൊണ്ടിരുന്ന രണ്ട് വ്യക്തികൾ തമ്മിൽ ഒത്തുചേർന്ന് ഒരു സങ്കീർണ പ്രശ്നം സൃഷ്ടിച്ചു. അമേരിക്ക ആവശ്യപ്പെടുന്ന തുകകൊടുത്ത് ഈ അസംബന്ധായുധങ്ങൾ വാങ്ങിക്കൂട്ടുന്നതിന് ഇറാനിലെ ഷായ്ക്ക് കഴിയാതെവന്നു. 1974 ൽ എണ്ണയുടെ വില ഏകപക്ഷീയമായി വർധിപ്പിച്ചുകൊണ്ട് ഷാ പ്രശ്നം പരിഹരിച്ചു. ഈ തീരുമാനത്തിന് സൂത്രധാരത്വം വഹിച്ചത് അമേരിക്കൻ സ്റ്റേറ്റ് സെക്രട്ടറി കിസിങ്ങറും. 1974 അവസാനമായപ്പോഴേക്കും അമേരിക്കയുടെ പക്കൽ സ്റ്റോക്കുണ്ടായിരുന്ന ആയുധങ്ങളിൽ പകുതിയും ഇറാൻ എന്ന ഒറ്റ രാജ്യത്തിന് വിറ്റുതീർത്തു. അനന്തരഫലമോ? അമേരിക്കൻ സാമ്രാജ്യത്വം നടത്തിക്കൊണ്ടിരിക്കുന്ന ലോകത്തിന്റെ പോലീ

സുകാരെന്ന ജോലി ഒരുവശത്തും മറുവശത്ത് തന്റെ തൻപ്രമാണിത്തം സ്ഥാപിക്കാനുള്ള വ്യഗ്രതയും പ്രകടിപ്പിച്ചുകൊണ്ട് മധ്യപൂർവമേഖല യിലാകെ പ്രതിസന്ധികൾ സൃഷ്ടിച്ചു. ഇറാനിലെതന്നെ ഗ്രാമീണജന തയും പട്ടണപ്രദേശങ്ങളിലെ നിർധനവിഭാഗവും പട്ടിണിയുടെ വക്കി ലായി. അമേരിക്കൻ സാർവദേശീയ കുത്തകകളുടെ അഴിഞ്ഞാട്ടവും അതിന്റെ സ്വാധീനവും നിമിത്തം ഒരു പറ്റം കോമ്പ്രദോർ ബൂർഷ്വാസി കൾ സമൂഹത്തിന്റെ മേൽത്തട്ടിൽ പിടിമുറുക്കി. അവർ അഴിമതിയിൽ ആണ്ടുമുങ്ങിയവരും ഉയർന്ന തരത്തിലുള്ള ജീവിതശൈലി പിന്തു ടർന്നവരുമായിരുന്നു. അധികമധികം വഷളായിക്കൊണ്ടിരിക്കുന്ന പൊതു ജീവിതവും സമ്പന്നവിഭാഗത്തിന്റെ ആർഭാടജീവിതവും തമ്മിലുള്ള വൈരുധ്യം മൂർഛിച്ചുവന്നു. എണ്ണയിൽ നിന്നു ലഭിച്ച വർധിച്ച വരുമാനം, സാധാരണ ജനങ്ങളുടെ ജീവിതാവശ്യങ്ങൾ നിറവേറ്റുന്നതിന് ആവശ്യ മായ ആസൂത്രണത്തിന്റെ അഭാവം എല്ലാം ചേർന്ന് ഗുരുതരമായ നാണ യപ്പെരുപ്പം സൃഷ്ടിച്ചു. തൊഴിലില്ലായ്മയുടെ നിരക്ക് വർധിച്ചു. ഷാ നട ത്തിയ അശാസ്ത്രീയമായ ഭൂപരിഷ്ക്കരണം തന്നെ പ്രശ്നങ്ങൾ വഷ ളാക്കാനാണ് സഹായിച്ചത്. തുണ്ടുഭൂമി പതിച്ചുകിട്ടിയ ഭൂരഹിതർ അത് ദേശാന്തരകുത്തകകൾക്ക് വിറ്റുകിട്ടിയ പണം മുടക്കി നാണ്യവിളകളുടെ വ്യാപാരത്തിൽ ഏർപ്പെട്ടു. കാർഷിക സമ്പദ്വ്യവസ്ഥയാകെ തകർന്നു.

ഇടതുപക്ഷകക്ഷികളുമായി യോജിച്ചുകൊണ്ട് ഖുമൈനി നയിച്ച പ്രസ്ഥാനത്തെ ഈ പശ്ചാത്തലത്തിൽ വേണം കാണാൻ. ആഭിജാത്യ വിഭാഗത്തിന്റെ ആർഭാടജീവിതവും പാശ്ചാത്യവൽക്കരണ ശ്രമങ്ങളും സാധാരണ ജനങ്ങളുടെ എതിർപ്പിന് വിധേയമായി. ഷായുടെ രക്ഷാധി കാരത്തിൽ അരങ്ങേറിയ ഈ പടിഞ്ഞാറൻ ഭ്രമത്തിന് മൂല്യഗർഭമായ ഒരു പേര് നൽകപ്പെട്ടു. ആധുനികവൽക്കരണം! ഈ ലേബൽ ഉപയോ ഗിച്ച് ജീർണിച്ച പാശ്ചാത്യസദാചാരം പിൻതുടരാനുള്ള മേലേക്കിട മനു ഷ്യരുടെ താൽപ്പര്യമായിരുന്നു യഥാർഥത്തിൽ ഇത്.

മധ്യവർഗ ബുദ്ധിജീവികൾ പോലും ഇതിനെതിരെ ചെറുത്ത് നിൽപ്പു മായി മുന്നോട്ടുവന്നു. പെൺകുട്ടികൾ തങ്ങളുടെ മുട്ടറ്റം മാത്രം എത്തുന്ന പാവാട ഉപേക്ഷിച്ച് ഇസ്ലാമിക് രീതിയിലുള്ള ചാദോർ ധരിക്കുന്നതിന് തയ്യാറായത് പാശ്ചാത്യ നിരീക്ഷകരെ അത്ഭുതപ്പെടുത്തി. തന്റെ രാഷ്ട്രീയ എതിരാളികളെ നേരിടുന്നതിൽ ഷാ പുലർത്തിയ അടി ച്ചമർത്തൽ നയം തീവ്രവാദികളും മുല്ലാമാരും തമ്മിൽ ഒരു രാഷ്ട്രീയ ഐക്യം രൂപപ്പെടുത്തുന്നതിന് ഇടയാക്കി. *ഗാർഡിയൻ* പത്രത്തിന്റെ ലേഖകൻ ലിസ്തുർഗുഡ് (Listhurgod) ആയത്തുള്ള ഖുമേനിയെ ഒരു പ്രതിലോമ വിപ്ലവകാരിയെന്ന് വിശേഷിപ്പിച്ചു. അന്ത്യം വരെയും ഈ വിശേഷണം ഖുമേനിക്ക് നന്നായി ചേരുമായിരുന്നു.

ഖുമേനിയുടെ സുസജ്ജമായ ഇസ്ലാം അപ്പാടെ പ്രതിലോമപരമാ ണെന്ന് പറയാനാവില്ല. ഇറാൻ ജനതയുടെ ഏറ്റവും ശത്രുവായ അമേ രിക്കൻ സാമ്രാജ്യത്തിനെതിരായുള്ള ഏറ്റവും ശക്തമായ വെല്ലുവിളി

യായി ഇന്നും അത് തുടരുന്നു. അമേരിക്കയുടെ സാമ്രാജ്യത്വ കൊളോണിയൽ നയങ്ങൾക്ക് ഭീഷണി ഉയർത്തുന്നതിന്റെ പേരിൽ പാശ്ചാത്യ ശക്തികൾ ആവുന്ന തരത്തിലൊക്കെ ഇറാന് ബുദ്ധിമുട്ടുകൾ സൃഷ്ടിക്കുന്നുണ്ട്. ഷായെ സ്ഥാനഭ്രഷ്ടനാക്കുന്നതിനുമുമ്പുള്ള ഖുമേനിയുടെ ഇസ്ലാമികവൽക്കരണം തീർച്ചയായും ഒരു വിപ്ലവശക്തിയായിരുന്നു. എന്നാൽ അധികാരലബ്ധിയോടെ ഖുമൈനി ഒരു വിപ്ലവകാരിയെന്ന നിലയിൽനിന്നും ഒരു സൂത്രശാലിയായ രാഷ്ട്രീയ ഉപജാപകനായി മാറുകയായിരുന്നു. തന്റെ രാഷ്ട്രീയ നേട്ടങ്ങൾക്കായി അദ്ദേഹം ഇസ്ലാമിക് പ്രത്യയശാസ്ത്രത്തെ ഉപയോഗിക്കുകയായിരുന്നു. ഷായെക്കാൾ കടുത്ത ഒരു ഏകാധിപതിയായി ഖുമേനി അധികാരവാഴ്ച തുടരുകയും എതിരാളികളെ നിഷ്ക്കരുണം കൊന്നൊടുക്കുകയും ചെയ്തു. ആയത്തുള്ള ഖുമേനിയുടെ സായുധഭടന്മാർ ആയിരക്കണക്കിന് യുവമുജാഹിദുകളെ കൊന്നൊടുക്കി. ബ്രിട്ടണിലെ മുസ്ലീം വിദ്യാർഥികൾ പ്രസിദ്ധീകരിക്കുന്ന വാരികയുടെ കണക്കനുസരിച്ച് 1982 മേയിൽ അവസാനിച്ച പത്തുമാസക്കാലത്ത് ഇറാനിൽ നടന്ന തെരുവു കൊലപാതകങ്ങളുടെ സംഖ്യ 15000 ത്തിലധികം വരും.

എതിരാളികളെ നിഷ്ഠുരമായി അമർച്ചചെയ്യുമ്പോൾ തന്നെ ഖുമേനിയുടെ ഇസ്ലാം അമേരിക്കൻ സാമ്രാജ്യത്വത്തിനും അറേബ്യയിലെ ഭൂപ്രഭുനാടുവാഴികൾക്കും ഭീഷണി സൃഷ്ടിക്കുന്നു. സൗദി അറേബ്യയിലേയും പാകിസ്ഥാനിലേയും ഇസ്ലാമിക് മതമൗലികത പ്രതിലോമപരവും യാഥാസ്ഥിതികവുമാണ്. അമേരിക്കൻ സാമ്രാജ്യത്വത്തിന്റെ അമിതാധികാര വാഴ്ച ആ പ്രദേശങ്ങളിൽ ആകെ വ്യാപിപ്പിക്കുവാനും ശക്തിപ്പെടുത്താനുമാണിവർ പരോക്ഷമായി ശ്രമിക്കുന്നത്.

സൗദി അറേബ്യയുടെ അമേരിക്കൻ അനുകൂല നിലപാട് ലബനോണിനെതിരായ ഇസ്രയേലിന്റെ ആക്രമണത്തിന് ശക്തിപകരുകയുണ്ടായി. അമേരിക്കൻ സഹായം കൂടാതെ ഒരാഴ്ചപോലും പിടിച്ചുനിൽക്കാൻ ഇസ്രയേലിന് കഴിയുകയില്ലെന്ന് പരക്കെ അംഗീകരിക്കപ്പെട്ട ഒരു വസ്തുതയാണ്. സിയോണിസ്റ്റ് ആക്രമണകാരികൾ ആയിരക്കണക്കിന് പലസ്തീൻ ലബനോൺ പൗരന്മാരെ നിർദയം കൊന്നൊടുക്കിയിട്ടും സൗദി അറേബ്യ അമേരിക്കയ്ക്ക് ഇതിലുള്ള പങ്കിനെ അപലപിച്ചുകൊണ്ട് ഒറ്റവാക്കുപോലും ഉച്ചരിക്കുകയുണ്ടായില്ല.

സൗദി അറേബ്യയുടെ സമീപനം രാജവാഴ്ചയുടെ താൽപ്പര്യസംരക്ഷണം മാത്രമാണ്. ഇസ്ലാമിക് തത്വങ്ങളുടെ പരിരക്ഷണം എന്ന പേരിൽ അവിടെ നടപ്പിലാക്കുന്നത് എന്താണ്? ഒരു വശത്ത് ഇസ്ലാമിന്റെ അനുഷ്ഠാനങ്ങളെ നിലനിറുത്തി മറുവശത്ത് സാമൂഹ്യനീതി നടപ്പിലാക്കുന്നതിനു താൽപ്പര്യം കാട്ടിയിരുന്നെങ്കിലും ക്രമേണ ആചാരാനുഷ്ഠാനങ്ങളിൽ മാത്രമായി ഇസ്ലാമികവൽക്കരണത്തെ പരിമിതപ്പെടുത്തുകയാണ് അവർ ചെയ്തത്.

പാകിസ്ഥാനിലെ ഇസ്ലാമികവൽക്കരണവും ഏകാധിപത്യത്തെ ഉറ

പ്പിച്ചു നിറുത്താനുള്ള തന്ത്രം മാത്രമാണ്. കൈവെട്ടുക, തല വെട്ടുക, കല്ലെറിഞ്ഞു കൊല്ലുക തുടങ്ങിയ ശിക്ഷാസമ്പ്രദായങ്ങൾ നടപ്പാക്കുന്നതിൽ മാത്രമാണീ രാജ്യങ്ങൾ ഇസ്ലാമികത കാണുന്നതെന്നതാണ് ഏറെ വിചിത്രം. സിയാവുൾ ഹക്ക് നടത്തിയ മറ്റൊരു പരിഷ്ക്കരണം ഇസ്ലാമിക് പീനൽ കോഡിനോടൊപ്പം സക്കാത്ത് നിർബന്ധമാക്കിയതാണ്. സർക്കാർ വിഹിതമായ 2250 മില്യൺ രൂപ ഇതിലേക്ക് നീക്കി വെച്ചു. ആദായനികുതി നിയമങ്ങളിൽ അയവുവരുത്തി. മതിയായ പ്രതിഫലം നൽകാതെ വ്യവസായങ്ങളെ ദേശസാൽക്കരിക്കുന്നതിൽ നിന്ന് ഭാവി സർക്കാരുകളെപോലും തടയുന്നതിന് മതിയായ ഭരണഘടനാ പരിഷ്ക്കാരം നടപ്പിലാക്കി. ഇസ്ലാമിക് പരിവേഷം ചാർത്തിക്കൊണ്ട് സിയാവുൾ ഹക്ക് നടത്തിയ ഈ പരിഷ്ക്കാരങ്ങളുടെ ഉദ്ദേശ്യം വേറെയായിരുന്നു. യാഥാസ്ഥിതികതയെ ശക്തിപ്പെടുത്താനുള്ള നീക്കമായിരുന്നു സർവത്ര നടന്നത്. യഥാർഥ പ്രശ്നങ്ങളെ മറച്ചുവെച്ചുകൊണ്ട് ബാലിശമായ കാര്യങ്ങളിലേക്ക് ജനശ്രദ്ധ തിരിച്ചുവിടുകയായിരുന്നു. ഈ സംഭവവികാസങ്ങൾ നടന്നുകൊണ്ടിരിക്കുമ്പോൾ ജനറൽ സിയായെ സംബോധന ചെയ്തുകൊണ്ട് *പാകിസ്ഥാൻ ടൈംസി*ന്റെ ഒരു വായനക്കാരൻ വായനക്കാരുടെ കോളത്തിൽ ഇങ്ങനെ ഒരു കത്ത് എഴുതുകയുണ്ടായി, "സൈന്യത്തിലും പുറത്തുമുള്ള സർവപുരുഷന്മാരും നിർബന്ധമായും താടിവളർത്തിയിരിക്കണമെന്ന് ഒരു സൈനിക ഉത്തരവ് ഉടൻ പുറപ്പെടുവിക്കണം. താടി ക്ഷൗരം ചെയ്യുന്നത് ഇസ്ലാമിന് നിഷിദ്ധം ആണ്. താടി വളർത്തുന്നത് പാകിസ്ഥാന് ഇസ്ലാമിനോടും പ്രവാചക പാരമ്പര്യത്തോടുമുള്ള കൂറിന്റെ പ്രതിഫലനമാണ്. കൂടാതെ ബ്ലേഡ്, റെയിസേഴ്സ്, ഷേവിങ് ക്രീം ലോഷനുകൾ തുടങ്ങിയവയുടെ പരസ്യത്തിനും വിപണനത്തിനുമായി ചെലവഴിക്കുന്ന ലക്ഷക്കണക്കിന് രൂപാ പ്രതിവർഷം ഇതുവഴി ലാഭിക്കാൻ കഴിയും."

ഇതിലും തമാശ നിറഞ്ഞതും പരിഹാസ്യവുമായ വഴിക്ക് സിയാവുൾ ഹക്കിന്റെ ഇസ്ലാമിക് പരിഷ്ക്കാരങ്ങൾ നീങ്ങുകയുണ്ടായി. ഡോ. ഇസറാർ അഹമ്മദ് എന്ന മതോപദേശകൻ ഹക്കിനെ ഉപദേശിച്ചു. ഡോക്ടർമാരായും അധ്യാപകരായും ജോലിചെയ്യുന്ന സ്ത്രീകൾ ഒരു കാരണവശാലും പുരുഷന്മാരോടൊപ്പം ജോലി ചെയ്യാൻ പാടില്ല. അവർക്ക് മാത്രമായി പ്രത്യേക ജോലിസ്ഥലങ്ങൾ ഉണ്ടാക്കിക്കൊടുക്കണം. എയർലൈൻസ്, സ്റ്റുഡിയോകൾ, പൊതുഓഫീസുകൾ തുടങ്ങിയ സ്ഥലങ്ങളിൽ സ്ത്രീകൾ ജോലി ചെയ്യാൻ പാടില്ല. സ്ത്രീകൾ അവരുടെ നാൽച്ചുമരുകൾക്കുള്ളിൽ അടങ്ങിയൊതുങ്ങി കഴിഞ്ഞുകൊള്ളണം. മുഖം മാത്രമല്ല കൈപ്പത്തികളും സ്ത്രീകൾ മറച്ചിരിക്കണം. ഈ മനുഷ്യൻ പ്രസിഡണ്ടിന്റെ അടുത്ത ഉപദേഷ്ടാവായിരുന്നു.

സ്വാഭാവികമായും പ്രതിഷേധത്തിന്റെ ഒരു കൊടുങ്കാറ്റ് സ്ത്രീകളുടെ ഭാഗത്തുനിന്നാഞ്ഞുവീശി. തീവ്രമായ സ്ഥാപിത താൽപ്പര്യങ്ങളുടെയും സങ്കുചിത ചിന്തയുടെയും സൃഷ്ടികളായ ഇത്തരം പരിഷ്ക്കാര

ങ്ങളെ ഇസ്ലാമികം എന്ന് വിശേഷിപ്പിക്കുന്നതിൽ ഒരർഥവുമില്ല. സ്ത്രീകളുടെ മുഖവും കൈകളും മറച്ചുവെക്കണമെന്നോ വീടുകളിൽ തളച്ചിടമെന്നോ ഒന്നും *ഖുർ-ആൻ* നിർദേശിക്കുന്നില്ല. സ്ത്രീകൾ വസ്ത്രധാരണത്തിൽ മാന്യതയും അന്തസ്സും പുലർത്തണമെന്നും ചാരിത്ര്യം സംരക്ഷിക്കണമെന്നും വ്യക്തമായി പറയുന്നുണ്ട്. തങ്ങളുടെ നേരെ ലൈംഗീകാഭിവാഞ്ഛ പ്രകടിപ്പിക്കാനിടയില്ലാത്ത രക്ഷകർത്താക്കൾ, സഹോദരങ്ങൾ, ശിശുക്കൾ ഇവരുടെ മുമ്പിലും പിന്നെ സ്വന്തം ഭർത്താവിന്റെ മുമ്പിലും അല്ലാതെ സ്ത്രീകൾ തങ്ങളുടെ സൗന്ദര്യം വെളിവാക്കരുതെന്നാണ് ഖുർ-ആൻ നൽകുന്ന ഉപദേശം (ഖുർ-ആൻ 24:31).

ഇതുകൊണ്ടുദ്ദേശിക്കപ്പെട്ടിരിക്കുന്നത് സ്ത്രീകൾ വീടിന്റെ നാലു ചുവരുകൾക്കുള്ളിൽ ഒതുങ്ങി കഴിയണമെന്നല്ല. പിന്നെയോ സ്ത്രീകൾ ലൈംഗികമായ ചൂഷണത്തിന് വിധേയരാകാതിരിക്കാനുള്ള മുൻകരുതലുകൾ എടുക്കണമെന്നു മാത്രമാണ്. പൊതുസ്ഥലങ്ങളിൽ ജോലിചെയ്യുന്നതിന് അത് ഏതുതരം ജോലിയായാലും ഖുർ-ആൻ വിലക്കുകളേർപ്പെടുത്തിയിട്ടില്ല. ലിബിയയിലെ പ്രസിഡണ്ട് ഗദ്ദാഫി മുസ്ലീം സ്ത്രീകളെ സൈന്യത്തിലേക്കുപോലും റിക്രൂട്ട്ചെയ്യുകയുണ്ടായി എന്ന കാര്യം ഇവിടെ അനുസ്മരണീയമാണ്. ഭൂതകാലത്തിൽ സ്ത്രീകൾ അനുഭവിച്ചിരുന്ന അടിമത്തത്തിലേക്ക് മടങ്ങിപ്പോവുക എന്ന പ്രശ്നം ഉദിക്കുന്നതേയില്ല എന്ന് ഗദ്ദാഫി വ്യക്തമാക്കി. മൂന്നാം ലോക രാജ്യങ്ങളിലെ സ്ത്രീകളെ അടിമത്തത്തിലാഴ്ത്തി നിറുത്തുക എന്നത് കൊളോണിയൽ ശക്തികളുടെ താൽപ്പര്യമാണ്. സാമൂഹ്യ വളർച്ചയെ മുരടിപ്പിക്കുക വഴി ശക്തിയാർജ്ജിക്കുക ഇത്തരം ശക്തികളാണ്.

ഇസ്ലാം സ്ത്രീ-പുരുഷ സമത്വത്തിന് ഊന്നൽ കൊടുക്കുന്നു എന്ന കാര്യം ഇവിടെ പ്രത്യേകം പരാമർശിക്കേണ്ടിയിരിക്കുന്നു. പരമ്പരാഗതമായി പുരുഷന്മാർക്ക് സ്ത്രീകളുടെ മേൽ മേധാവിത്വം കൈവന്നു എന്നത് ഒരു വസ്തുതയാണ്. പുരുഷമേധാവിത്വം സ്ഥാപിച്ചുകിട്ടുന്നതിന് പലരും താഴെ പറയുന്ന ഖുർ-ആൻ വാക്യം ഉദ്ധരിക്കാറുണ്ട്: "പുരുഷന്മാർക്ക് സ്ത്രീകളുടെ മേൽ അവകാശമുണ്ട്. എന്തെന്നാൽ അല്ലാഹു പുരുഷനെ സ്ത്രീക്കുമീതെയാക്കിയിരിക്കുന്നു. അതിനാൽ അവർ സ്ത്രീകളെ സംരക്ഷിക്കേണ്ടിയിരിക്കുന്നു ഖുർ-ആൻ (4:34)." ഈ ഭാഗത്തിന് നൽകപ്പെട്ടിരിക്കുന്ന വ്യാഖ്യാനം തികച്ചും പാരമ്പര്യാധിഷ്ഠിതമാണ്. ഈ വാക്യത്തിലെ താക്കോൽ വാക്ക് - ഖവ്വാം എന്നതാണ്. ഈ അറബിപദത്തിന്റെ അർഥം-സംരക്ഷകൻ, ഉടമസ്ഥൻ, പിന്തുണക്കുന്നവൻ എന്നൊക്കെ നൽകാവുന്നതാണ്. എന്റെ അഭിപ്രായത്തിൽ പിന്തുണക്കുന്നവൻ എന്നതാണ് ശരിയായ അർഥം. ധനം സ്വരൂപിക്കുകയും ചെലവഴിക്കുകയും ചെയ്യുന്നവനെന്ന നിലയിൽ സ്ത്രീകളുടെ സംരക്ഷണചുമതല പുരുഷന്മാർക്കുണ്ടെന്ന് അനുശാസിക്കുന്നതിൽനിന്നും സ്ത്രീകളുടെമേൽ പുരുഷന് മേധാവിത്വം ഉണ്ടെന്ന് വ്യാഖ്യാനിക്കുന്നത് ശരിയല്ല. ഇന്ന് മിക്ക രാജ്യങ്ങളിലും സ്ത്രീകളും പുരുഷന്മാരോടൊപ്പം

ജോലി ചെയ്യുകയും ധനം സ്വരൂപിക്കുകയും ചെയ്യുന്ന സ്ഥിതിക്ക് പരസ്പരം തുല്യതക്കല്ലാതെ ഒരു തരത്തിലുള്ള മേധാവിത്വപാലനത്തിനും പ്രസക്തിയില്ല. ഖുർ–ആനിലെ ദൈവവിജ്ഞാനീയം പരിശോധിക്കുമ്പോൾ പരിഗണിക്കേണ്ട ഒരു പ്രധാന വസ്തുത സാമൂഹ്യ രാഷ്ട്രീയ വളർച്ചയുടെ പിൽക്കാല വികസനത്തിനുള്ള വാതിലുകൾ അടച്ചുകഴിഞ്ഞിട്ടില്ല. ഖുർ ആൻ അവതരിച്ച കാലത്തിന്റെ സാമൂഹ്യരാഷ്ട്രീയ പശ്ചാത്തലത്തിലാണ് ഖുർ–ആന്റെ ഉൽബോധനങ്ങളത്രയും. എന്നാൽ പാകിസ്ഥാനെപ്പോലുള്ള ഇസ്ലാമിക് രാജ്യങ്ങളിൽ ഇസ്ലാമിക് ഫണ്ടമെന്റലിസത്തിന്റെ പേരിൽ ഖുർ – ആന്റെ വളരെ സങ്കുചിതമായ വായനയാണ് നടത്തിക്കൊണ്ടിരിക്കുന്നത്. പ്രത്യേകിച്ചും സ്ത്രീപുരുഷ സമത്വത്തിന്റെ കാര്യത്തിൽ ഗദ്ദാഫി ചൂണ്ടിക്കാണിച്ചിരിക്കുന്നതുപോലെ സ്ത്രീകളുടെ വിമോചനം സാമൂഹ്യപുരോഗതിയെ സംബന്ധിച്ച ദൂരവ്യാപക പ്രത്യാഘാതങ്ങൾ ഉളവാക്കുക തന്നെ ചെയ്യും.

ഇസ്ലാം മതമൗലികവാദത്തിന്റെ സമീപനത്തിലെ ഒരു പ്രത്യേകത അത് സാമൂഹ്യപുരോഗതിയെ സംബന്ധിച്ച മൗലികപ്രമാണങ്ങൾ അവഗണിക്കുകയും താരതമ്യേന അപ്രധാനമായ കാര്യങ്ങൾക്ക് അവയ്ക്കില്ലാത്ത പ്രാധാന്യം നൽകി ഉയർത്തിക്കൊണ്ടുവരികയും ചെയ്ത എന്നതാണ്. സ്ത്രീകൾ മൂടുപടം ധരിക്കണോ വേണ്ടയോ പുരുഷന്മാർ താടി നീട്ടിയിരിക്കണോ വേണ്ടയോ എന്നതുപോലുള്ള നിസ്സാരപ്രശ്നങ്ങളെ പർവതീകരിക്കുകവഴി അടിസ്ഥാനപ്രശ്നങ്ങളിൽനിന്ന് ജനശ്രദ്ധ തിരിച്ചുവിടുകയും അപ്രധാന വിഷയങ്ങളിലേക്കതിനെ കേന്ദ്രീകരിക്കുകയും ചെയ്യുന്നു. സ്ഥിതിസമത്വം സ്ഥാപിക്കൽ, ദാരിദ്ര്യം ഉച്ചാടനം ചെയ്യൽ ഇതുപോലുള്ള മുഖ്യപ്രശ്നങ്ങൾ ആരെങ്കിലും ഉയർത്തിക്കൊണ്ടുവന്നാൽതന്നെ അതിനെ ഒന്നുകിൽ കേട്ടില്ലെന്നു ഭാവിക്കുക. അല്ലെങ്കിൽ യാഥാസ്ഥിതിക ഇസ്ലാമിക് സമീപനത്തിന്റെ മൃതതത്വങ്ങളെക്കൊണ്ടവയെ നേരിടുക. ഇതാണ് ഇന്നത്തെ മതമൗലികവാദത്തിന്റെ രീതി.

മാറിമാറി വരുന്ന ഒരു പാകിസ്ഥാനി ഗവൺമെന്റിനും ഇതുവരെ ഭൂപരിഷ്ക്കരണം എന്ന പ്രാഥമിക കാര്യംപോലും നിറവേറ്റാനായില്ലെന്നോർക്കണം. ഭൂവുടമകൾ അവിടെ ഇന്നും അതീവ ശക്തരാണ്. ജന്മിത്വസമ്പ്രദായത്തെ ഇസ്ലാം അനുകൂലിക്കുന്നില്ല. ഇസ്ലാമിന്റെ പേരിൽ ഒച്ചപ്പാടുകൾ സൃഷ്ടിക്കുന്നതിൽ മുന്നിലായിരുന്ന സിയാ ഭരണത്തിന്റെ കീഴിൽ അവിടെ നടന്ന ഭൂപരിഷ്ക്കരണത്തെക്കുറിച്ച് ഹംസാ അലവി ഇങ്ങനെ പറയുന്നു:

> ജന്മിത്വ വിരുദ്ധ ഭരണമെന്ന് കൊട്ടിഘോഷിക്കപ്പെട്ട അയൂബ് ഭരണത്തിൽ പാകിസ്ഥാനിലെ ഭൂപഭുക്കളുടെ അവസ്ഥ മറ്റെന്നത്തേക്കാളും മികച്ചതായിരുന്നു. കൃഷിഭൂമിയുടെ കേവലം 1.6 ശതമാനം മാത്രമാണ് ഈ പരിഷ്ക്കരണ ഫലമായി വിതരണം ചെയ്യപ്പെട്ടത്. കാലാബാഗിലെ നവാബ് ഭൂപ്രഭുവർഗത്തിന്റെ ശക്തനായ

പ്രതിനിധിയാണ്. ഇദ്ദേഹത്തെയാണ് പടിഞ്ഞാറൻ പാകിസ്ഥാനിലെ ഗവർണറായി നിയമിച്ചത്. ഭൂപ്രഭു വർഗത്തിന്റെ താൽപ്പര്യങ്ങളത്രയും സംരക്ഷിക്കുന്നതിന് ഇദ്ദേഹം തന്റെ സ്വാധീനമത്രയും വിനിയോഗിച്ചു.

ഇസ്ലാമിക് നീതിക്ക് കടകവിരുദ്ധമായ തരത്തിൽ നഗരത്തിലും നാട്ടിൻപുറങ്ങളിലും കൃഷിഭൂമികളുടെയും സ്വത്തുക്കളുടെയും കേന്ദ്രീകരണം നിലവിലിരിക്കുന്നു. ഈ അവസ്ഥയെക്കുറിച്ച് ധനതത്വശാസ്ത്ര വിദഗ്ധന്മാരടങ്ങിയ ഒരു കമ്മിറ്റി തയ്യാറാക്കിയ റിപ്പോർട്ടിൽ ഇപ്രകാരം പറയുന്നു:

> ഓരോ വീട്ടുകാർക്കും കൈവശം വെക്കാവുന്ന ഭൂമിക്ക് പരിധി നിർണയിക്കുകയും മൂന്ന് വർഷത്തിലേറെ തരിശിടുന്നഭൂമി, സ്റ്റേറ്റ് പ്രതിഫലംകൊടുക്കാതെ തന്നെ ഏറ്റെടുത്ത് കൃഷിചെയ്യാൻ തയ്യാറുള്ള ഭൂരഹിതർക്ക് നൽകുകയും ചെയ്യണം. ഇസ്ലാമിക് തത്വങ്ങൾ പ്രകാരം വനം, ഖനികൾ, നദികൾ തുടങ്ങിയവ പൊതു ഉടമസ്ഥതയിലായിരിക്കേണ്ടതാണ്.

എന്നാൽ സിയാ ഭരണം എന്താണ് ചെയ്തത്? ഭൂഉടമാ-കുടിയാൻ ബന്ധത്തെ അത് സ്പർശിക്കുകപോലും ചെയ്തില്ല. മാത്രമല്ല, ഉയർന്ന സൈനികോദ്യോഗസ്ഥന്മാരും മറ്റുദ്യോഗസ്ഥ പ്രമാണിമാർക്കും ഇഷ്ടംപോലെ ഭൂസ്വത്ത് വർധിപ്പിക്കുന്നതിന് സർവ ഒത്താശകളും ചെയ്തുകൊടുത്തു. ഹംസാ അലവി പറയുന്നു. ജനറൽ സിയായ്ക്ക് സമൂഹത്തേക്കാൾ സൈന്യത്തോട് ആണ് കൂറ്. സൈന്യമാണദ്ദേഹത്തിന്റെ നിയോജകമണ്ഡലം. ഇയാളാണ് ആദ്യത്തെ ശരിയായ സൈനിക ഭരണാധികാരി.

ഇസ്ലാമിക മതമൗലികവാദം ഇസ്ലാമിക രാജ്യങ്ങളിലെ സ്ഥാപിത താൽപ്പര്യക്കാരായ രാഷ്ട്രീയക്കാരുടെ കാപട്യങ്ങളെ ഒളിപ്പിച്ചുവെക്കാനുള്ള ഒരു മറ മാത്രമാണെന്ന് കണ്ടുകഴിഞ്ഞു. ഈ പേരിൽ ഓരോ രാജ്യത്തും നടക്കുന്നതെന്തെന്ന് വ്യക്തമായി വിശകലനം ചെയ്യാതെ നമുക്ക് നിഗമനങ്ങൾ സ്വരൂപിക്കാനാവുകയില്ല. നിലവിലുള്ള ചൂഷണത്തെയും അടിച്ചമർത്തലിനെയും അവസാനിപ്പിക്കാനും സാമ്രാജ്യത്വ താൽപ്പര്യങ്ങളെ പ്രതിരോധിക്കാനും സാധ്യമാകുന്ന തരത്തിലുള്ള ഒരു വിപ്ലവമെന്ന നിലയിൽ ഇസ്ലാമിന്റെ മൗലിക തത്വങ്ങൾ നടപ്പിൽവരുത്തുന്നപക്ഷം അത് സ്വാഗതാർഹമാണ്. എന്നാൽ ഇന്നാകട്ടെ യാഥാസ്ഥിതികതയെ താങ്ങിനിർത്താനും സാമൂഹ്യമായ അനീതിയെ അരക്കിട്ടുറപ്പിക്കാനും സാമ്രാജ്യത്വപരവും സർവാധിപത്യപരവുമായ സ്ഥാപിത താൽപ്പര്യങ്ങളെ വളർത്തിയെടുക്കാനും നടത്തുന്ന ശ്രമങ്ങൾക്ക് ഇസ്ലാമിക പരിവേഷം നൽകുകയാണ് ചെയ്യുന്നത്. ഇതിനെ എതിർത്ത് കീഴ്പ്പെടുത്തുക തന്നെ ചെയ്യണം.

5

ഇസ്ലാമിലെ വിമോചന ദൈവശാസ്ത്രം

സമീപകാലത്ത് പ്രത്യേകിച്ചും ഇറാനിൽ സംഭവിച്ച കുഴപ്പങ്ങൾ ഇസ്ലാമിന്റെ ദൈവശാസ്ത്രത്തെ സംബന്ധിച്ച് നിരവധി ചോദ്യങ്ങൾ ഉയർത്തിയിരിക്കുന്നു. മതപണ്ഡിതന്മാർ (Ulma) മധ്യകാലത്ത് രൂപപ്പെട്ട ദൈവശാസ്ത്രതത്വങ്ങൾ അതേപടി നിലനിറുത്തണമെന്ന് ശാഠ്യം പിടിക്കുന്നു. മുഅ്തസ്‌ലിയാക്ക (Muatazlites) ഇസ്മായിലികൾ (Ismailis) തുടങ്ങിയവർ (Abbasid) അബ്ബാസിയ കാലഘട്ടത്തിൽ ഒരു യുക്തിയാധിഷ്ഠിത ദൈവശാസ്ത്രം രൂപപ്പെടുത്തിയിരിക്കുന്നു. വിപ്ലവകരമായിരുന്നു ഇതിന്റെ സമീപനം. സിദ്ധാന്തങ്ങളിലുള്ള പിടിവാശി പുലർത്തിയിരുന്നെങ്കിലും സ്ഥാപന വിരുദ്ധത എന്ന ഗുണം ഇതിനുണ്ടായിരുന്നു. എന്നാൽ യാഥാസ്ഥിതിക മതപണ്ഡിതർ ഇതിനെ തീവ്രമായി എതിർത്തിരുന്നതിനാൽ ഇസ്ലാമിക് ശരീ-അത്തിൽ കാര്യമായ സ്ഥാനമെന്തെങ്കിലും നേടുന്നതിന് ഇവർക്ക് കഴിഞ്ഞില്ല.

ആധുനിക സാഹചര്യങ്ങൾക്കനുസൃതമായ ഒരു വിമോചന ദൈവശാസ്ത്രം രൂപപ്പെടുത്തുന്നതിനെക്കുറിച്ച് പര്യാലോചനകൾ അബ്ബാസിയ (Abbasid) കാലഘട്ടത്തിലെ മേൽപ്പറഞ്ഞ ദൈവശാസ്ത്രം വിശദമായി പരിശോധിക്കേണ്ടിയിരിക്കുന്നു. അതിന്റെ ചരിത്രപരമായ പ്രാധാന്യവും കണക്കിലെടുക്കേണ്ടതുണ്ട്. ഒന്നിലേറെ കാരണങ്ങളാൽ അബ്ബാസിയ കാലഘട്ടം ഇസ്ലാമിക് ചരിത്രത്തിൽ പ്രാധാന്യം അർഹിക്കുന്നു. ആദ്യത്തെ കാരണം ഉമവിയ്യാക്കളുടെ (Umaviyya) ആധിപത്യപരവും ചൂഷണപരവുമായ ഭരണത്തിനെതിരെ ജനകീയരോഷം ഇളകിയത് ഈ കാലഘട്ടത്തിലാണ്. അറബികളും അല്ലാത്തവരും ആയ സാധാരണ ജനങ്ങളിൽ വിമോചന പ്രതീക്ഷകളുണർത്താൻ അബ്ബാസിയാക്കൾക്ക് കഴിഞ്ഞു. ഉന്നതമായ സാംസ്കാരിക നിലവാരം പുലർത്തിയിരുന്ന

പേർഷ്യൻ ജനതയുടെ സഹായത്തോടെയാണ് അബ്ബാസിയക്കാർ അധികാരത്തിൽ വന്നത്. ഉന്നത വിദ്യാഭ്യാസത്തോട് പേർഷ്യക്കാർക്ക് വലിയ ആഭിമുഖ്യമുണ്ടായിരുന്നു.

അറബികളല്ലാതിരുന്ന ജനങ്ങളുടെ ആഭിമുഖ്യങ്ങളെയും ഉൾക്കാഴ്ചകളെയും കൂടി മാനിക്കുന്ന തരത്തിൽ വിട്ടുവീഴ്ചകൾ മതപരമായ കാര്യങ്ങളിൽ അവലംബിക്കാൻ അബ്ബാസിയാക്കൾ നിർബന്ധിതരായി. ഇവരുടെ ഭരണത്തിൻകീഴിൽ ഉന്നതരായ പേർഷ്യൻ ബുദ്ധിജീവികൾ പൊതുഭരണത്തിന്റെ തലപ്പത്ത് നിയമിക്കപ്പെട്ടു. തത്വശാസ്ത്രം, ഗണിതശാസ്ത്രം,ജ്യോതിശാസ്ത്രം തുടങ്ങിയ നിരവധി ശാസ്ത്രശാഖകളെ കേന്ദ്രീകരിച്ചുള്ള ഗ്രീക്ക് ഇന്ത്യൻ പഠനങ്ങൾ വിവർത്തനം ചെയ്യുന്നത് പ്രോത്സാഹിപ്പിക്കപ്പെട്ടു. മൊട്ട്ഗോമെട്രി വാട്ട് (Motgomery watt) പറയുന്നു.

> നവതരംഗത്തിൽ മുസ്ലീംലോകത്ത് ഗ്രീക്ക് ദർശനങ്ങൾ കടന്നുചെന്നു. ആദ്യത്തെ തരംഗം ആദ്യഘട്ടത്തിലെ വിവർത്തനങ്ങളിൽ നിന്നു തന്നെ സംഭവിച്ചു. രണ്ടാമത്തെ തരംഗം എ ഡി 1100 നോട് അടുത്തുണ്ടായ അൽഗസാലിയുടെ രചനകളിലാണ് സംഭവിച്ചത്. ഇസ്ലാമിക് ചിന്തയുടെ കേന്ദ്രധാരയിലേക്ക് ഗ്രീക്ക് ആശയങ്ങൾ കടന്നുവന്നത് ഈ കാലത്താണ്.

ഈ കാലഘട്ടത്തിലെ ഇസ്ലാമിക് ചിന്തകന്മാരുടെമേൽ യവനചിന്തകൾ ഗണ്യമായ സ്വാധീനം ചെലുത്തിയിരുന്നു. യുക്തിയിലും ദർശനത്തിലും അടിയുറച്ച മുഅ്തസ്ലിയാക്കളുടെ ദൈവശാസ്ത്രവും ഇസ്മായിലികളുടെ ദൈവശാസ്ത്രവും ഈ അറബി-ഗ്രീക്ക് ഉൽഗ്രഥനത്തിന്റെ അനന്തരഫലങ്ങളായിരുന്നു.ഇസ്ലാമിൽ ആദ്യമായി ഒരു യുക്ത്യാധിഷ്ഠിത ദൈവശാസ്ത്രം രൂപപ്പെടുകയായിരുന്നു. ഇത് സാമാന്യജനങ്ങളേക്കാളേറെ ആഭിജാത്യ വിഭാഗത്തെ ആകർഷിച്ചു. ഈ ദൈവശാസ്ത്രശാഖയുടെ പ്രചാരകന്മാർ ഏത് കാലത്തും അടിച്ചമർത്തപ്പെട്ട ജനവിഭാഗത്തോടൊപ്പം നിന്നു എന്നതുകൊണ്ട് തന്നെ ഇവർക്ക് ഔദ്യോഗിക പ്രോത്സാഹനങ്ങളോ പ്രചാരണമോ ലഭിക്കാതെ പോയി. മുഅ്തസ്ലിയാക്കൾ അബ്ബാസിയ ഭരണത്തിന്റെ തന്നെ ഒരു ഭാഗമായി എതിരാളികളെ അടിച്ചമർത്തുന്നതിന് ഒരുപകരണമായി മാറുകയും ചെയ്തു.

ഖുർ-ആന്റെ അവതരണം എന്ന തത്വത്തിൽ മുഅ്തസ്ലിയാക്കൾ വിശ്വസിക്കുകയും അബ്ബാസിയ ഖലീഫ ആയിരുന്ന അൽയാമുൻ ഈ വിശ്വാസം അംഗീകരിക്കുകയും ചെയ്തു. അതുപ്രകാരം എല്ലാ ഉദ്യോഗസ്ഥന്മാരും ജനങ്ങളും ഈ വിശ്വാസം ഏറ്റു പറയണമെന്ന രാജശാസനയുണ്ടായി. ഇതിന് വിസമ്മതിച്ചവർ കഠിനമായി ശിക്ഷിക്കപ്പെട്ടു. ഒട്ടേറെപ്പേർ കപടമായി വിശ്വാസപ്രഖ്യാപനം നടത്തി. പ്രസിദ്ധ ന്യായാധിപന്മാരായിരുന്ന മുഹമ്മദ്ബിൻ നൂഹ്, ഇമാം അഹമ്മദ്ബിൻ ഹബൽ തുടങ്ങിയവർപോലും ഇതിന്റെ പേരിൽ ജയിലിലടയ്ക്കപ്പെട്ടു.

നേരത്തെ ചൂണ്ടിക്കാട്ടിയതുപോലെ മുഅ്തസ്‌ലിയാക്കൾ അബ്ബാസിയ ഭരണ വ്യവസ്ഥയോട് താദാത്മ്യപ്പെട്ടിരിക്കുമ്പോൾ തന്നെ, ദൈവശാസ്ത്ര വിഷയത്തിൽ വിട്ടുവീഴ്ചകൾ ചെയ്തിരുന്നവരും യുക്തിചിന്തയെ പ്രയോഗത്തിൽ വരുത്തിയവരുമായിരുന്നു. ബസ്റ ആയിരുന്നു ഇവരുടെ കേന്ദ്രം. പല രാജ്യക്കാരും വംശക്കാരും മതക്കാരും ആയ ജനങ്ങൾ സന്ധിക്കുകയും ഇടകലരുകയും ചെയ്തിരുന്നു. ഒരു തുറമുഖ പട്ടണമെന്ന നിലയിൽ ബസ്റ അയവുള്ളതും വിട്ടുവീഴ്ചകൾ അനുവദിക്കുന്നതുമായ ഒരു ദൈവശാസ്ത്രത്തിന്റെ പ്രഭവകേന്ദ്രം കൂടി ആയിരുന്നു. ഇതുപോലുള്ള മറ്റൊരു പട്ടണമായിരുന്നു ഇറാക്ക്. മുഹമ്മദ് ഇമാറ മുഅ്തസ്ലിയാക്കളെക്കുറിച്ച് എഴുതിയിരിക്കുന്നു: അവർ, മനുഷ്യർ സമ്പൂർണ സ്വതന്ത്രരാണെന്ന് വാദിക്കുന്നു. എന്നാൽ മറ്റ് യാഥാസ്ഥിതിക സ്കൂളുകളാകട്ടെ മനുഷ്യർ മുൻകൂട്ടി നിർണയിക്കപ്പെട്ട വിധിയുടെ തടവുകാരാണെന്നും വാദിക്കുന്നു.

ഉമവിയ്യ (Umaviyya) കാലഘട്ടത്തിൽ, മനുഷ്യൻ തന്റെ സ്വതന്ത്രമായ ഇച്ഛാശക്തിക്കാണോ കീഴ്പ്പെട്ടിരിക്കേണ്ടത്. മനുഷ്യനെക്കുറിച്ചുള്ള ദൈവനിർണയത്തിനാണോ കീഴ്പ്പെട്ടിരിക്കേണ്ടത് എന്ന കാര്യത്തെക്കുറിച്ച് ചൂടുപിടിച്ച വാദപ്രതിവാദങ്ങൾതന്നെ നടന്നു. ആദ്യത്തെ ഉമവിയ്യ ഖലീഫ ഇസ്ലാമിക് ജനാധിപത്യം എന്ന ആശയത്തെ അട്ടിമറിക്കുകയും ദൈവനിർണത്തിന് കീഴ്പ്പെട്ടിരിക്കുക എന്ന ആശയത്തിലൂന്നിയ രാജവാഴ്ച സ്ഥാപിക്കുകയും ചെയ്തു. യാഥാസ്ഥിതികപക്ഷം ദൈവനിർണയം എന്ന പേരിൽ രാജവാഴ്ചയെ അനുകൂലിക്കുകയും മനുഷ്യരുടെ സ്വതന്ത്രമായ ഇച്ഛാശക്തിയുടെ പ്രവർത്തനം ആയിരിക്കേണ്ട ജനാധിപത്യത്തെ നിഷേധിക്കുകയും ചെയ്തു. ഈ രണ്ടു വീക്ഷണക്കാരും തമ്മിൽ ഈ കാലഘട്ടത്തിൽ പൊരിഞ്ഞപോരാട്ടം തന്നെ നടന്നു. മുഹമ്മദ് ഇമാറ ഈ വാദപ്രതിവാദത്തെക്കുറിച്ച് വിശദമായി വിവരിക്കുന്നുണ്ട്. ഡോ. ടി. ജെ ഡിബോർ പറയുന്നു: “ആദ്യത്തെ ചോദ്യം മനുഷ്യന്റെ ഇച്ഛാശക്തിയുടെ സ്വതന്ത്ര വിനിയോഗത്തെക്കുറിച്ചാണ്. പിൽക്കാലത്ത് അവരുടെ നിരീക്ഷണങ്ങൾ കൂടുതൽ, അതിഭൗതികവും ദൈവശാസ്ത്രപരവുമായ മേഖലകളിലേക്ക് വ്യാപിച്ചു. ദൈവികനീതി എന്ന സിദ്ധാന്തത്തിനവർ ഊന്നൽകൊടുത്തു.”

ഉമവിയ്യ രാജവാഴ്ചക്കെതിരെ സമരം ചെയ്തവർ ഉയർത്തിപ്പിടിച്ച ആശയം സ്വതന്ത്രമായ ഇച്ഛാശക്തിയുടെ പ്രയോജനം എന്ന തത്വമാണ്. എല്ലാ ഷിയാ വിഭാഗങ്ങളും മുഅ്തസ്ലിയാക്കളുടെ ദൈവശാസ്ത്രത്തോട് ആഭിമുഖ്യം പുലർത്തിയിരുന്നവരായിരുന്നു.

മറ്റു ഷിയാവിഭാഗങ്ങളിൽനിന്ന് ഉരുത്തിരിഞ്ഞ ഇസ്മായിലികൾ അക്കാലത്തെ പുരോഗമന ചിന്തകളെ പിന്തുടർന്നിരുന്നവരും ഇസ്ലാമിന് ഒരു പുരോഗമന ദൈവശാസ്ത്രം രൂപപ്പെടുത്തിയവരുമായിരുന്നു. ഗ്രീക്കുശാസ്ത്രത്തിൽ അവർക്കുണ്ടായിരുന്ന അറിവ് പ്രകടമാക്കുന്നതാണ് അവർ രചിച്ച *ഇഖ്വാൻ അസ്സഫാ* (*Ikhwan Assafa*) സർവവിജ്ഞാന

കോശതുല്യങ്ങളായ ലേഖനങ്ങൾ. ഇതുപ്രകാരം ഇസ്മായിലികളായ സ്വാതന്ത്ര്യത്തിന്റെയും പുരോഗതിയുടെയും വക്താക്കൾ അബ്ബാസിയകളുടെ ഭീകരവാഴ്ചയെ വെല്ലുവിളിക്കുകയും എതിർക്കുകയും ചെയ്തു. അബ്ബാസിയകളാകട്ടെ ഉമവിയ്യകൾക്കെതിരായ സമരത്തിൽ ഷിയാവിഭാഗങ്ങളേയും അണിനിരത്തുകയും എല്ലാ പ്രതിയോഗികളേയും ഉന്മൂലനം ചെയ്യുകയും ചെയ്തു. എന്നാൽ പ്രവർത്തനനിരതരായ ഇസ്മായിലികളുടെ ഒരു സുസജ്ജമായ നിര, ഒളിവിൽ പ്രവർത്തിച്ചിരുന്നു. അവർ ഇസ്ലാമിക് തത്വങ്ങളുടെയും ഗ്രീക്ക് തത്വങ്ങളുടെയും സൃഷ്ടിപരമായ ഒരു സംയോജനം തന്നെ നടത്തുകയുണ്ടായി. ആ കാലഘട്ടത്തിലെ ഒരു വിമോചന ദൈവശാസ്ത്രമായിരുന്നു അത്. ഫത്തിമുകൾ എന്ന് സ്വയം വിളിച്ചിരുന്ന ഈ വിഭാഗം വടക്കുപടിഞ്ഞാറെ ആഫ്രിക്ക കേന്ദ്രീകരിച്ച്, അവരുടേതായ ഒരു സാമ്രാജ്യത്തിന് രൂപം കൊടുത്തു. സാമ്രാജ്യത്തിന്റെ താൽപ്പര്യങ്ങൾക്കനുഗുണമായ തരത്തിൽ പിൽക്കാലത്ത് അവരുടെ വിപ്ലവ സ്വഭാവത്തിനു മാറ്റം വന്നു. ക്വാറാമിത്ത് എന്നറിയപ്പെട്ട ഇസ്മായിലികളുടെ ഒരു വിഭാഗം പഴയ വിപ്ലവകാരികളോട് പ്രതിബദ്ധതയുള്ളവരായി നിലനിന്നു. അവർ ഒരേ സമയം അബ്ബാസിയകളോടും ഫാത്തിമിയ്യ സാമ്രാജ്യത്തോടും പൊരുതിക്കൊണ്ടിരുന്നു.

ക്വാറാമിത്താഹുകൾ ഒരു പടികൂടി മുന്നോട്ടുപോയി. കൂടുതൽ വിപ്ലവകരമായ ഒരു ദൈവശാസ്ത്രത്തിന് രൂപം നൽകി.എല്ലാവിധ അനുഷ്ഠാനങ്ങളേയും അവർ എതിർത്തു. മക്കയിലെ ക്ഷേത്രത്തിൽനിന്ന് ഹജറുൽ അസ് വദ് (കറുത്തകല്ല്) എന്ന കല്ല് എടുത്തുമാറ്റി. ആറുമാസങ്ങൾ പിന്നിട്ടപ്പോൾ യാഥാസ്ഥിതിക വിഭാഗത്തിൽനിന്നുള്ള അതിശക്തമായ എതിർപ്പിനെ നേരിടാനാകാതെ ആ കല്ല് പുനപ്രതിഷ്ഠിക്കുകയുണ്ടായി. ഇവർ സ്വകാര്യസ്വത്തിനെ അപലപിക്കുകുയം കമ്യൂണായി ജീവിക്കുകയും ചെയ്തു. ഈ വിഭാഗത്തിന്റെ സ്ഥാപകനായ ഹംദാൻ ക്വാർമറ്റ് മെസപ്പൊട്ടോമിയൻ താഴ്വരകളിൽനിന്നുള്ള ആളായിരുന്നു. ഫലഭൂയിഷ്ഠമായിരുന്നെങ്കിലും അനാരോഗ്യകരമായ ഒട്ടേറെ പ്രവണതകളുടെ ഒരു പ്രദേശമായിരുന്നു അത്. തൊഴിലിനുവേണ്ടി ധാരാളം കർഷകത്തൊഴിലാളികൾ ആ പ്രദേശത്തേക്ക് ഇരച്ചുകയറി. വലിയ അളവിൽ ഇവരുടെ സഹാനുഭൂതി ആർജിക്കുവാൻ ക്വാറാമിത്ത് പ്രസ്ഥാനത്തിന് കഴിഞ്ഞു.

ക്വാറാമിത്തുകളുടെ വിപ്ലവശാസ്ത്രത്തെക്കുറിച്ച് മുസ്തഫാ ഗാലീസ് ഇങ്ങനെ പറയുന്നു: "ഇവർ അടിസ്ഥാനപരമായി ഇസ്മായിലികളിൽനിന്ന് വ്യത്യസ്തരായിരുന്നില്ല. പിന്നെന്തിനാണവർ അവരുമായി അകന്നുനിന്നത്. ഫത്തിമികൾ,അവരുടെ സാമ്രാജ്യത്തിന്റെ ചാഞ്ചാട്ട സ്വഭാവമുള്ള രാഷ്ട്രീയവുമായി ഒത്തുപോകുന്നതിനുള്ള തത്രപ്പാടിലായിരുന്നു. ക്വാറാമിത്തുകളുടെ അഭിപ്രായത്തിൽ ഇസ്മായിലികൾ നീതിയുക്തമായ ഒരു സമൂഹവ്യവസ്ഥിതി സ്ഥാപിക്കുന്നതുവരേയും തങ്ങളുടെ പോരാട്ടം തുടരേണ്ടതായിരുന്നു."

അബ്ബാസിയാകൾ തൂക്കിലേറ്റിക്കൊന്ന മൻസൂർ അൽഹല്ലാജ് എന്ന

പ്രസിദ്ധ സൂഫി വിശുദ്ധൻ, ഇസ്ലാമിലെ വിപ്ലവ വിഭാഗത്തിൽ ഉൾപ്പെട്ടിരുന്ന ആളായിരുന്നു. അബ്ബാസിയ ഭരണത്തെ അട്ടിമറിക്കാനുള്ള ഗൂഢാലോചനയിൽ ഇദ്ദേഹം ഭാഗഭാക്കായിരുന്നു. ക്വാറാമിത്ത് വിഭാഗക്കാരുമായി ഇദ്ദേഹം രഹസ്യമായി കത്തിടപാടുകൾ നടത്തിയിരുന്നു. ഈ കത്തുകൾ വിചാരണ സമയത്ത് അബ്ബാസിയാകൾ കോടതിയിൽ ഹാജരാക്കപ്പെട്ടിരുന്നു.

സുന്നി ഷിയാ ഭേദമില്ലാതെ സർവരാലും ത്യജിക്കപ്പെട്ട ഒരു ഇസ്ലാം വിഭാഗമായിരുന്നു ഖവാരിജുകൾ (Kharijitieis). വിമോചന ദൈവശാസ്ത്രത്തിന്റെ പ്രാഥമിക സ്വഭാവം വെച്ചുപുലർത്തിയിരുന്ന ഒരു വിഭാഗമായിരുന്നു ഇവർ. നഗരവാസികളല്ലാതിരുന്ന ബദുവിയൻ വംശജരായിരുന്നു ഈ വിഭാഗത്തിന്റെ പ്രധാന അനുയായികൾ. കാലക്രമത്തിൽ ഏകശാസനാപരവും പിന്തുടർച്ചാപരവും അടിച്ചമർത്തൽ സ്വഭാവത്തോടുകൂടിയതും നഗരകേന്ദ്രീകൃതവുമായിരുന്നു. കലീഫാ വാഴ്ചയെ തെല്ലും വകവെക്കാതെ ടോയൻബിയുടെ ശൈലിയിൽ പറഞ്ഞാൽ, അറേബ്യൻ മരുഭൂമിയിൽ തികച്ചും സ്വതന്ത്രമായ ജീവിതം നയിച്ചിരുന്നവരായിരുന്നു ഈ കൂട്ടർ. അവരൊരു മുദ്രാവാക്യം ഉയർത്തി; (ലാഹുക്മഇല്ലല്ലാഹു). അല്ലാഹുവിന്റേതല്ലാതെ മറ്റൊരു ഗവൺമെന്റും വേണ്ട. ഖവാരിജുകളുടെ ദൈവശാസ്ത്രം അംഗീകരിക്കാൻ കഴിയാത്ത മുസ്ലീങ്ങൾ ഇവരെ അവിശ്വാസികളായി (കാഫിറുകളായി) മുദ്രകുത്തുകയും അവരെ വേട്ടയാടുകയും ചെയ്തു.

ഖവാരിജുകൾ (Kharijitieis) വെറും ഒരു മതവിഭാഗം മാത്രമായിരുന്നില്ല. മുഹമ്മദ് ഇസ്മായിലിന്റെ വിലയിരുത്തൽ പ്രകാരം ഇമാം–സ്ഥാനത്തെ കേന്ദ്രീകരിച്ചുടലെടുത്ത സാമ്പത്തിക വൈരുധ്യങ്ങളുടെ അനന്തരഫലമെന്ന നിലയിലായിരുന്നു ഇവരുടെ ആവിർഭാവം. പിന്നീട് ഇവർ, ഇസ്ലാമികതത്വപ്രകാരമുള്ള സാമൂഹ്യനീതി എന്ന ആശയത്തിന് ഊന്നൽ നൽകി. ക്വാറാമിത്തുകളെപ്പോലെതന്നെ ഖവാരിജുകളും അവരുടെ എതിരാളികളാൽ തെറ്റായി ചിത്രീകരിക്കപ്പെടുകയും അപകീർത്തിക്ക് പാത്രരാകുകയും ചെയ്തു. ജനായത്ത സോഷ്യലിസ്റ്റ് ചായ്‌വിൽനിന്നാണ് മേൽപ്പറഞ്ഞ വിഭാഗങ്ങൾ തങ്ങളുടെ വീക്ഷണങ്ങൾ കരുപ്പിടിപ്പിച്ചത്.

ഖവാരിജുകൾ, കുർഫോ, സബറാ എന്നീ നഗരങ്ങൾ പലതവണ ആക്രമിച്ചു കീഴടക്കുകയുണ്ടായി. ഉമവിയ്യത്ത് രാജപരമ്പരക്കെതിരെ അവർ വീറോടെ പൊരുതി. അൽഹജ്ജാജ് എന്ന ഭരണാധികാരി ഇവരെ തോൽപ്പിച്ചു നിർവീര്യമാക്കി. പിൽക്കാലത്ത് ഖവാരിജുകൾ ഇരുപതു വിഭാഗങ്ങളായി പിരിഞ്ഞു. ഓരോ വിഭാഗവും അന്യോന്യം അവിശ്വാസികളെന്ന് മുദ്രകുത്തി. എന്തുതന്നെയായാലും അവരുടെ തീവ്രവാദപരമായ നിലപാടുകളും രക്തരൂഷിതമായ പോരാട്ടവും നിമിത്തം ജനപ്രീതി നഷ്ടപ്പെട്ടുവെങ്കിലും അവരുടെ ധൈര്യവും ത്യാഗസന്നദ്ധതയും അംഗീകരിക്കപ്പെടുകതന്നെ വേണം. ഇസ്ലാമിൽ ഒരു വിമോചന ദൈവശാസ്ത്രം രൂപപ്പെടുത്താൻ ഇവരുടെ നിലപാടുകളെ പ്രയോജനപ്പെടുത്താവുന്നതാണ്.

വിമോചന ദൈവശാസ്ത്രം ഈ കാലഘട്ടത്തിന്റെ ആവശ്യമാണ്. സ്വാതന്ത്ര്യം, സമത്വം, നീതിപൂർവമായ പങ്കുവെക്കൽ, ചൂഷണം അവസാനിപ്പിക്കൽ, ഇവയുടെ ഉന്മൂലനം ഇവയൊക്കെ ഉറപ്പുവരുത്തുക എന്നതാണ് വിമോചന ദൈവശാസ്ത്രം എന്നതുകൊണ്ടുദ്ദേശിക്കുന്നത്. ഒരു വിഭാഗം ക്രൈസ്തവപുരോഹിതന്മാർ ഒരു മൂന്നാം ലോക വിമോചന ദൈവശാസ്ത്രം രൂപപ്പെടുത്തുന്നതിനുള്ള ശക്തമായ പരിശ്രമങ്ങളിൽ ഏർപ്പെട്ടിട്ടുണ്ട്. ലാറ്റിൻ അമേരിക്കൻ രാജ്യങ്ങളിലെ കത്തോലിക്കാഭൂരി പക്ഷം വരുന്ന ജനവിഭാഗങ്ങൾ ഈ പ്രവണതയ്ക്ക് വർധിച്ച പിന്തുണ നൽകുന്നുണ്ട്. തെക്കേ അമേരിക്കൻ രാജ്യങ്ങളിൽ രൂക്ഷമായ ദാരിദ്ര്യം നടമാടുന്നുണ്ട്. വടക്കേ അമേരിക്കൻ കുത്തകകളുടെ ചൂഷണവും മേധാവിത്ത വാഴ്ചകളുമാണ് ഈ ദാരിദ്ര്യത്തിന്റെ ഹേതു. 1979 ജനുവരി 27 മുതൽ ഫെബ്രുവരി 13 വരെ പ്യൂബ്ലായിൽ നടന്ന ലാറ്റിനമേരിക്കൻ ബിഷപ്പുമാരുടെ സമ്മേളനം, വിമോചന ദൈവശാസ്ത്രത്തിന്റെ ചരിത്രത്തിലെ നിർണായകമായ വഴിത്തിരിവായിരുന്നു. ഈ സമ്മേളനത്തിന്റെ രേഖകൾ ഇപ്പോൾ പ്രസിദ്ധീകരിക്കപ്പെട്ടിട്ടുണ്ട്. ലാറ്റിനമേരിക്കൻ രാജ്യങ്ങൾ അഭിമുഖീകരിക്കുന്ന പ്രശ്നങ്ങളുടെ സമൂർത്തമായ രൂപം ഈ രേഖകൾ വ്യക്തമാക്കുന്നുണ്ട്.

അതുപോലെതന്നെ മൂന്നാം ലോകരാജ്യങ്ങളിലെ ദൈവശാസ്ത്രജ്ഞന്മാരുടെ എക്യുമെനിക്കൽ അസോസിയേഷൻ, പ്രാദേശിക സമ്മേളനങ്ങളിലൂടെ മൂന്നാം ലോക രാജ്യ സാഹചര്യങ്ങൾക്ക് പ്രസക്തമായ ഒരു വിമോചനദൈവശാസ്ത്രം രൂപപ്പെടുത്തുന്നതിന് പരിശ്രമിച്ചുകൊണ്ടിരിക്കുകയാണ്. 1977 ഡിസംബർ 17 മുതൽ 23 വരെ ആഫ്രിക്കയിലെ ഘാനായിൽ നടന്ന സമ്മേളനം 1979 ജനുവരി 7 മുതൽ 20 വരെ ശ്രീലങ്കയിൽനടന്ന സമ്മേളനം ഇവ ഉദാഹരണങ്ങളാണ്. പിൻനില രാജ്യങ്ങളുടെ പ്രശ്നങ്ങൾ കണക്കിലെടുത്തുകൊണ്ടുള്ള പ്രസക്തമായ ഒരു ദൈവശാസ്ത്ര ദർശനത്തിന് മാർഗനിർദേശം നൽകുന്നവയാണ് ഈ സമ്മേളനങ്ങൾ പ്രസിദ്ധീകരിച്ച രേഖകളത്രയും എന്ന് എം അമൽദാസ് പറയുന്നു. ഇന്ന് നിലവിലുള്ള മുഖ്യസംഘർഷം രണ്ട് വ്യത്യസ്ത സമീപനങ്ങൾ തമ്മിലാണ്. ലോകത്തിന്റെ ദാരിദ്ര്യപരിഹാരം ലക്ഷ്യമാക്കി മൂന്നാം ലോകരാജ്യങ്ങൾ ഒറ്റക്കെട്ടായി ഒരു വിമോചനദൈവശാസ്ത്രം രൂപപ്പെടുത്തണമെന്നതാണ് ഒരു വിഭാഗം കരുതുന്നത്. മറ്റേവിഭാഗമാകട്ടെ ഏഷ്യൻ ആഫ്രിക്കൻ ഭൂപ്രദേശങ്ങളിലെ ജനവിഭാഗങ്ങളുടെ സാംസ്കാരിക പരിപ്രേക്ഷ്യം ഉയർത്തിപ്പിടിച്ചുകൊണ്ട് അവരുടെ അസ്തിത്വം സ്ഥാപിച്ചെടുക്കാൻ കഴിയുന്നതരത്തിലുള്ള ഒരു ദൈവശാസ്ത്രം സ്വരൂപിക്കണമെന്ന അഭിപ്രായക്കാരാണ്. ജനവിഭാഗങ്ങൾ ഓരോന്നും തങ്ങളുടെ വേരുകളെക്കുറിച്ചുള്ള പുതിയ അന്വേഷണങ്ങളിൽ വ്യാപരിക്കുകയും പുതിയ കണ്ടെത്തലുകൾ നടത്തുകയും ചെയ്യുന്നു. തദ്ദേശീയമായും ആഫ്രിക്കൻ സഭയുടെ അനുഭവം നൽകുന്ന സൂചന സാംസ്കാരിക സമന്വയത്തിന്റെ ആവശ്യം വിളിച്ചറിയിക്കുന്നതാണ്. പ്രയോഗ

ത്തിലൂന്നിയ (എക്യുമെനിക്കലായ എല്ലാവരേയും ഉൾക്കൊള്ളുന്ന) സാമൂഹ്യഘടനയെ പുതുക്കിപ്പണിയുന്ന ഒരു ദൈവശാസ്ത്രത്തിനായി എസ്. ടോറെസ് വാദിക്കുന്നു. ആഫ്രിക്കൻ യാഥാർഥ്യങ്ങളുടെയും പാരമ്പര്യങ്ങളുടെയും വെളിച്ചത്തിൽ ബൈബിളിനു ഒരു പുനർവായന സാധ്യമാക്കിത്തീർക്കുന്നതിന് ഈ സമീപനം പ്രയോജനപ്പെട്ടു. സ്ത്രീവിമോചനം പോലുള്ള പ്രസ്ഥാനങ്ങളും കരുത്താർജിച്ചുവരുന്നു. ജെ എച്ച് കോൺ (J H Cone) നിർദേശിക്കുന്നത് വിമോചനവും തദ്ദേശീയ സംസ്കാരവുമായി സമന്വയിക്കപ്പെടണമെന്നാണ്. വിമോചനമെന്നത് മൂന്നാം ലോക രാജ്യങ്ങളുടെ പൊതുപ്രശ്നമാണെന്ന കാര്യവും അദ്ദേഹം വിസ്മരിക്കുന്നില്ല. ഇന്നത്തെ സാമൂഹ്യസംഘർഷങ്ങളിലും ഏറ്റുമുട്ടലുകളിലും അതിടപെടേണ്ടതുണ്ട്. ആത്മീയതയും ഭൗതികതയും തമ്മിലുള്ള വൈരുധ്യം പരിഹരിക്കാൻ അതിന് കഴിയണം.

മുകളിൽ പറഞ്ഞ കോൺഫ്രൻസിൽ അവതരിപ്പിക്കപ്പെട്ട മറ്റൊരു പ്രബന്ധം ഏഷ്യയുടെ ആധ്യാത്മീക പാരമ്പര്യത്തെ ഗൗരവത്തോടെ കണക്കിലെടുക്കേണ്ടതിന്റെ ആവശ്യം തറപ്പിച്ചുപറയുന്നു. പാവങ്ങൾക്കുവേണ്ടി പാവങ്ങളുടെ തന്നെ ദൈവശാസ്ത്രമാണ് വിമോചന ദൈവശാസ്ത്രമെന്ന് അത് വ്യക്തമാക്കുന്നു. ആത്മീയ ഭൗതികതകളുടെ ധ്രുവീകരണം മനുഷ്യജീവിതത്തിൽനിന്നുന്മൂലനം ചെയ്യപ്പെടണമെങ്കിൽ ഇന്നത്തെ സമൂഹത്തെ ചൂഷണവിമുക്തവും സമത്വാധിഷ്ഠിതവും ആയ തരത്തിൽ പുനഃസംഘടിപ്പിക്കേണ്ടതുണ്ട്. മാർക്സിസ്റ്റു വിശകലനത്തെക്കുറിച്ച് റോജർഗരോഡി പറഞ്ഞതുപോലെ ഭൗതിക സാഹചര്യങ്ങളിൽനിന്ന് നിരൂപണ ദൃഷ്ടിയോടെ അകന്നുനിൽക്കാൻ പ്രേരിപ്പിക്കുന്ന തെറ്റായ മതാത്മകതയുടെ സ്ഥാനത്ത് പുതിയ സാധ്യതകളുടെ സൃഷ്ടിയിലേക്ക് നയിക്കുന്ന അന്വേഷണങ്ങളിൽ ഏർപ്പെടുന്നതും, നീതീകരണത്തിന്റെ പ്രത്യയശാസ്ത്രവും സ്വന്തം നിലപാടുകളുടെ സാധൂകരണവുമായ ഒരു പുതിയ മതാത്മകത രൂപീകരിക്കേണ്ടതുണ്ട്.

വിമോചനത്തിന്റെ ദൈവശാസ്ത്രം നിലവിലുള്ള സാഹചര്യങ്ങളോട് വിമർശനാത്മക സമീപനം പ്രോത്സാഹിപ്പിക്കുന്നതോടൊപ്പം ഭാവിയെക്കുറിച്ചുള്ള നിരന്തരമായ അന്വേഷണപഠനങ്ങളിൽ വ്യാപരിക്കുകൂടി ചെയ്യേണ്ടതുണ്ട്. പുതിയ സാഹചര്യങ്ങളെയും സാധ്യതകളെയും ഉൾക്കൊള്ളാതെ സമ്പന്നമായ ഒരു ആത്മീയജീവിതം സാധ്യമാവുകയില്ല. മധ്യകാലഘട്ടത്തിൽ രൂപപ്പെട്ട ഒരു ദൈവശാസ്ത്രത്തിന്,ഇന്നത്തേതുപോലെ അതീവസങ്കീർണമായ വ്യാവസായിക സമൂഹത്തിൽ പ്രസക്തി നഷ്ടപ്പെടുന്നു. വ്യാവസായിക സമൂഹം, അതിവേഗം ഭൗതിക സാഹചര്യങ്ങളിലെന്നപോലെ മനുഷ്യന്റെ അറിവിന്റെയും അനുഭവങ്ങളുടെയും കാര്യത്തിലും മാറ്റങ്ങൾ വരുത്തിക്കൊണ്ടിരിക്കുന്നു.

ഇപ്പോഴത്തെ നിരക്കിൽ അറിവിന്റെ വളർച്ച സംഭവിക്കുകയാണെങ്കിൽ സർവകലാശാല വിട്ടുപോകുന്ന ഇന്നത്തെ ഒരു വിദ്യാർഥിക്ക് അമ്പതുവയസ്സാകുമ്പോഴേക്കും അയാളുടെ അറിവ് ഇപ്പോഴത്തേതിന്റെ നാലി

രട്ടിയെങ്കിലും ആയിരിക്കും. മാത്രമല്ല അയാളുടെ അറിവിന്റെ 97 ശതമാനവും അയാളുടെ ജീവിതകാലത്തുതന്നെ കണ്ടുപിടിക്കപ്പെട്ടതുമായിരിക്കും.

അറിവ് അതിവേഗം വ്യാപിക്കുന്ന ഇന്നത്തെ സാഹചര്യത്തിൽ സാങ്കേതികവിദ്യകളുടെ വികാസം ശ്വാസോച്ഛ്വാസത്തിന്റെ വേഗതയിലാണ് സംഭവിക്കുന്നത്. ചിലർ ഇതിനെ വിജ്ഞാന വിസ്ഫോടനം എന്ന് വിളിക്കുന്നു. ഇത്തരമൊരു സാഹചര്യത്തിൽ മാറ്റത്തിന് വിധേയമാകാത്ത, ആന്തരിക ചൈതന്യം നഷ്ടപ്പെട്ട ഒരു ദൈവശാസ്ത്രത്തിന് എന്ത് മനുഷ്യസേവനമാണ് ചെയ്യാൻ കഴിയുക? അർഥവത്തായ ഒരു ജീവിതത്തിലേക്ക് മനുഷ്യനെ നയിക്കാൻ കഴിയുമ്പോൾ മാത്രമാണ് ദൈവശാസ്ത്രം അർഥവത്താകുന്നത്. തിന്മയെ കീഴടക്കി ചൂഷണവിമുക്തമായ സാഹചര്യങ്ങൾ ഉറപ്പുവരുത്തി നിലവിലിരിക്കുന്ന ജീവിതയാഥാർഥ്യങ്ങളെ നേരിടാൻ മനുഷ്യരെ പ്രാപ്തരാക്കാൻ ദൈവശാസ്ത്രജ്ഞന്മാർക്ക് കഴിയണം. സാഹചര്യങ്ങൾക്കനുരൂപമായ തരത്തിൽ ഭൗതിക യാഥാർഥ്യങ്ങളോട് പ്രതികരിക്കുന്നതായിരിക്കണം ആരോഗ്യകരമായ ദൈവശാസ്ത്രം. അതിഭൗതികതകളിൽ മാത്രം ഊന്നിക്കൊണ്ടുള്ള ദൈവശാസ്ത്രചിന്തകളെ സാമൂഹ്യമാറ്റത്തിനെതിരായ തരത്തിൽ ഉപയോഗിക്കാൻ സ്ഥാപിതതാൽപ്പര്യക്കാർ എപ്പോഴും ശ്രമിച്ചുകൊണ്ടിരിക്കും. യഥാർഥ ദൈവശാസ്ത്രം യാഥാർഥ്യങ്ങളുടെ ഉദാത്തവൽക്കരണത്തിൽ ഊന്നുന്നതുമായിരിക്കും. പോൾ ടില്ലക്ക് അദ്ദേഹത്തിന്റെ സിസ്റ്റമേറ്റിക്ക് തിയോളജിയിൽ ഇത് സംബന്ധിച്ച് ഉപയോഗിക്കുന്ന ഒരു സംജ്ഞ പ്രത്യേകം ശ്രദ്ധേയമാണ്.

ഉദാത്തതയെ ലക്ഷ്യമാക്കി മുന്നേറുന്നത് (Diving towards the sublime) യാഥാർഥ്യത്തെ അതീതഭാവങ്ങളിലേക്ക് പരിവർത്തിപ്പിക്കുക എന്നതാണ്. ദൈവശാസ്ത്രത്തിന്റെ ദൗത്യം അദ്ദേഹം പറയുന്നു. പരിമിതികളെ മറികടക്കാനുള്ള മനുഷ്യപ്രേരണകളെ, ഉദാത്തോന്മുഖം എന്നുവിളിക്കാം. ഉദാത്തത എന്ന വാക്കെന്താണ് അർഥമാക്കുന്നത്. ഏറ്റവും മഹത്തായത്, ഏറ്റവും വിശുദ്ധമായത്, ഏറ്റവും ഉയർന്നത് എന്നൊക്കെയാണ്. വീണ്ടും പറയുന്നു: സംഭാവ്യതകളെ സാധ്യമാക്കാനുള്ള പരിശ്രമമാണ് ഒരർഥത്തിൽ ജീവിതം. ജീവിതത്തിന്റെ മൂന്ന് ദൗത്യങ്ങളെ പ്രത്യേകം തിരിച്ചറിയേണ്ടതുണ്ട്. സ്വയം ഉദ്ഗ്രഥനം (self Intergration under the principle of centredness), സ്വയം സൃഷ്ടിക്കൽ (self creation under the principle of growth), സ്വയം ഉദാത്തവൽക്കരണം (self transcendence under the principle of sublimity). ഇത് മൂന്നിലും പൊതുവായ രണ്ട് കാര്യങ്ങൾ, സ്വയം തിരിച്ചറിവും സ്വയം പരിഷ്ക്കരണവുമാണ്. ഇത് രണ്ടും ജീവിതത്തിന്റെ രണ്ടടിസ്ഥാന ധ്രുവങ്ങളാണ്. ആയിരിക്കുന്നതിൽനിന്ന് ആകേണ്ടതിലേക്കുള്ള ഗമനം എന്ന് ഈ പ്രതിഭാസത്തെ വിശേഷിപ്പിക്കാമെന്ന് തോന്നുന്നു.

സ്വാതന്ത്ര്യത്തെക്കുറിച്ചുള്ള ധാരണ, വിമോചന ദൈവശാസ്ത്ര

ത്തിന്റെ ഒരു മുഖ്യഘടകമാണ്. തിരഞ്ഞെടുക്കാനും ഉദാത്തതയിലേക്ക് സംക്രമിക്കാനുമുള്ള സ്വാതന്ത്ര്യം, മാറുന്ന ജീവിതസാഹചര്യങ്ങളോട് ബന്ധപ്പെടുത്തി ജീവിതത്തെ ക്രമപ്പെടുത്താനുമുള്ള സ്വാതന്ത്ര്യം, ഇവയാണ് ആ ധാരണകൾ. ചരിത്രത്തിന്റെ ചട്ടക്കൂട്ടിനുള്ളിൽ അകപ്പെട്ടുപോയ മനുഷ്യൻ ജീവിതത്തിന്റെ സാധ്യതകളെ അവയുടെ പാരമ്യാവസ്ഥയിൽ അറിയുന്നതിനും അനുഭവിക്കുന്നതിനുമായുള്ള ബോധപൂർവമായ ശ്രമങ്ങളിൽ ഏർപ്പെടേണ്ടതുണ്ട്. അല്ലാത്തപക്ഷം അവന്റെ വളർച്ച മുരടിച്ചുപോകും.

പോൾ ടില്ലക്ക് നടത്തിയിരിക്കുന്ന നിരീക്ഷണം പ്രസക്തമാണ്. ചരിത്രം ഇത്തരം സാധ്യതകളുടെ വിവരണങ്ങൾ നൽകുന്നു. ഇവയുടെ നിർണായകയോഗ്യതകൾ എന്തൊക്കെയാണെന്ന് ചരിത്രം വ്യക്തമാക്കുന്നു. മനുഷ്യജീവിതത്തിന്റെ സാധ്യതകളെ വെളിപ്പെടുത്തുന്നില്ലെങ്കിൽ ചരിത്രം വെറും പൊള്ളയായ സംഭവങ്ങളുടെ വിവരണം മാത്രമായി അധഃപതിക്കും. അതുകൊണ്ടുതന്നെ ചരിത്രത്തിലെ ഇത്തരം വിവരണങ്ങൾ ഒരർഥത്തിൽ, ചരിത്രത്തിന് അതീതവും മറ്റൊരർഥത്തിൽ ചരിത്രത്തിൽ അതുല്യവുമാണെന്ന് വരുന്നു.

വിമോചന ദൈവശാസ്ത്രം ചുറ്റുപാടുകളെ പുതുക്കിപ്പണിയുന്നതിനും ജീവിതത്തെ മെച്ചപ്പെടുത്തുന്നതിനും ആവശ്യമായ നിരന്തരപോരാട്ടത്തിൽ ഏർപ്പെട്ടുകൊണ്ടിരിക്കുകയാണ്. വ്യവസ്ഥാപിത ദൈവശാസ്ത്രം അതിന്റെ പ്രാഥമിക ദൗത്യം എന്ന നിലയിൽ അനുഷ്ഠിക്കുന്നത് മനുഷ്യന്റെ കഷ്ടപ്പാടുകൾക്ക് ന്യായീകരണം കണ്ടെത്തി മനുഷ്യർക്ക് കൃത്രിമ ആശ്വാസം പ്രദാനം ചെയ്യുകയാണ്. വിമോചന ദൈവശാസ്ത്രം ആശ്വസിപ്പിക്കലിന്റെ ദൈവശാസ്ത്രമല്ല പിന്നെയോ പോരാട്ടത്തിന്റെ ദൈവശാസ്ത്രമാണ്. മറ്റൊരുതരത്തിൽ പറഞ്ഞാൽ വിമോചന ദൈവശാസ്ത്രം ദൈവത്തെ സയൻസിന്റേയോ സാങ്കേതിക വിദ്യയുടെയോ ലോകത്ത് പ്രകടമായ വിടവുകളടയ്ക്കാനുള്ള ഒരു ആപ്പായി കണക്കാക്കുന്നില്ല. അതിഭൗതികമായ അനുമാനങ്ങളെക്കൊണ്ട് ഇപ്പോഴത്തെ ശാസ്ത്രസാങ്കേതിക വിദ്യകളുടെ പരിമിതികളെ മറികടക്കാൻ ശ്രമിക്കുന്ന ഒരു തരം ആധ്യാത്മികസമീപനമുണ്ട്. വിമോചന ദൈവശാസ്ത്രം ഈ സമീപനത്തെ അംഗീകരിക്കുന്നില്ല. മനുഷ്യന്റെ ശക്തിയിലോ അവന്റെ ദൗർബല്യത്തിലോ ദൈവത്തെ പ്രതിഷ്ഠിക്കുകയല്ല വിമോചന ദൈവശാസ്ത്രം ചെയ്യുന്നത്. പിന്നെയോ, മനുഷ്യന്റെ പക്വതയുടെയും സർഗപരതയുടെയും കേന്ദ്രം ആയി വർത്തിക്കുന്ന ദൈവത്തെ അംഗീകരിക്കുകയാണ്.

ഒരിക്കൽ രൂപപ്പെട്ട ഏതെങ്കിലും ഒരു സ്ഥാപനം എന്നും വിശുദ്ധമായിരിക്കുമെന്നോ അത് മാറ്റങ്ങൾക്ക് അതീതമാണെന്നോ വിമോചന ദൈവശാസ്ത്രം കരുതുന്നില്ല. ചരിത്രപ്രതിഭാസങ്ങളുടെ അനിവാര്യതയിൽനിന്നു ഉദയം ചെയ്യുന്നതാണ് സ്ഥാപനങ്ങളും ഉപകരണങ്ങളും. ആ നിലയ്ക്കുവേണം അവ ചരിത്രത്തിൽ പ്രവർത്തിക്കേണ്ടത്. ദൈവിക

ലക്ഷ്യങ്ങളിലേക്ക് മനുഷ്യനെ നയിക്കാൻ പ്രയോജനപ്പെടുന്ന അളവിൽ മാത്രമേ ഈ സ്ഥാപനങ്ങളും ഉപകരണങ്ങളും പ്രസക്തമാകുന്നുള്ളൂ. അതിനു തടസ്സമായി വരുന്ന സ്ഥാപനങ്ങൾ തകർക്കപ്പെടുകതന്നെ വേണം.

വിമോചന ദൈവശാസ്ത്രത്തെ കേന്ദ്രീകരിച്ച് മുകളിൽ വിവരിച്ച തത്വങ്ങളുടെ വെളിച്ചത്തിൽ ഇസ്ലാമിൽ രൂപപ്പെട്ടുകൊണ്ടിരിക്കുന്ന വിമോചനദൈവശാസ്ത്രത്തെക്കുറിച്ചുള്ള പര്യാലോചനയ്ക്കാണ് ഇവിടെ മുതിരുന്നത്. ഇസ്ലാമിക് ദൈവശാസ്ത്രത്തെ മധ്യകാലഘട്ടത്തിൽ മതപണ്ഡിതന്മാർ അവരുടെ ആവശ്യത്തിനനുസരിച്ച് രൂപപ്പെടുത്തിയതാണെന്ന് കരുതുന്നില്ലെങ്കിൽ, എന്റെ അഭിപ്രായത്തിൽ ഇസ്ലാമിൽനിന്ന് ഉയർന്നുവരുന്ന ഒരു വിമോചനദൈവശാസ്ത്രം കേവലം യുക്ത്യാധിഷ്ഠിത ദൈവശാസ്ത്രം മാത്രമായിരിക്കില്ല. ആധുനിക കാലത്തിന് അനുയോജ്യമായ തരത്തിൽ ഇസ്ലാമിക് ദൈവശാസ്ത്രത്തെ യുക്തിപരമാക്കുന്നതിനുള്ള പരിശ്രമം അടുത്തകാലത്ത് ധാരാളമായി നടന്നിട്ടുണ്ട്. ജമാലുദ്ദീൻ അഫ്ഗാനി, മുഹമ്മദ് അബ്ദു, അബൂബക്കർ റഹ്മാൻ അൽക്വാകിബി, സർസയിദ് അഹമ്മദ്ഖാൻ തുടങ്ങി ഒട്ടേറെപ്പേർ ഈ വഴിക്ക് പരിശ്രമിച്ചിട്ടുള്ളവരാണ്. പാശ്ചാത്യ സ്വാധീനമാണ് ഇവരെ നയിച്ചിരുന്നത്. വിമോചന ദൈവശാസ്ത്രം കേവലം യുക്തിപരതയിൽ ഒതുങ്ങിയ ഒരു ദൈവശാസ്ത്രവിശകലനമല്ല.

യുക്തിപരദൈവശാസ്ത്രം മതപ്രബോധനങ്ങളെ യുക്തിയുടെ വെളിച്ചത്തിൽ വിലയിരുത്തുകയും മതത്തിന്റെ അടിസ്ഥാന പാഠങ്ങളെ തദനുസൃതം പുനർവ്യാഖ്യാനം ചെയ്യുന്നതിനുള്ള സ്വാതന്ത്ര്യം പ്രയോഗിക്കുകയും ചെയ്യുന്നു. ഈ സമീപനം ആധുനിക ബുദ്ധിജീവി വിഭാഗത്തിന് ആകർഷണീയമായി തോന്നുമെന്നത് പരമാർഥമാണ്. അവരുടെ താൽപ്പര്യങ്ങളെ ഒട്ടൊക്കെ സംരക്ഷിക്കാനും ഈ സമീപനം പ്രയോജനകരമാണ്. എന്നാൽ സാമാന്യജനത്തിനാകട്ടെ ഇത്തരം യുക്തിയാഭ്യാസങ്ങളിൽ തീരെ താൽപ്പര്യമില്ല. ദൈവശാസ്ത്രപാഠങ്ങൾക്ക് യുക്തിയുടെ പരിവേഷം കൊടുക്കേണ്ട ആവശ്യമുള്ളതായി അവർക്കനുഭവപ്പെടുന്നതേയില്ല. പ്രത്യേകിച്ചും ഇപ്പോഴത്തെ സാമൂഹ്യവ്യവസ്ഥിതി സാമാന്യജനങ്ങളുടെ ബുദ്ധിപരമായ വളർച്ചക്കൊട്ടും അനുയോജ്യമല്ല. ഈ പിന്നോക്കാവസ്ഥയിൽ ഈ വിഭാഗത്തിന് ആകർഷണീയമായി അനുഭവപ്പെടുന്നത് ഇന്നും നിലനിൽക്കുന്ന മതത്തിന്റെ നാടോടിസ്വഭാവമുള്ള അനുഷ്ഠാനങ്ങളിൽ മാത്രമാണ്. അനുഷ്ഠാനജഡിലവും വ്യാഖ്യാനവിമുക്തവുമായ മതാത്മകത ജീവിതത്തിന്റെ പരുഷ യാഥാർത്ഥ്യങ്ങളെ അംഗീകരിക്കാനും, ദുരിതങ്ങളെ സഹിക്കാനും ആവശ്യമായ മാനസികാവസ്ഥ സാമാന്യജനങ്ങൾക്ക് നൽകുന്നുണ്ട്.

വിമോചന ദൈവശാസ്ത്രം എന്തുതന്നെയായാലും ശുദ്ധയുക്തിയുടെ ഗോദയിലേക്ക് പ്രതിയോഗികളെ ക്ഷണിക്കുകയോ തലനാരിഴ കീറിയുള്ള ഒരു വാദപ്രതിവാദത്തിന് മുതിരുകയോ ചെയ്യുന്നില്ല.

പിന്നെയോ സാമാന്യജനങ്ങളെ തളച്ചിട്ടിരിക്കുന്ന ബന്ധങ്ങളിൽ നിന്ന് അവരെ വിമുക്തരാക്കാനും അവരവരുടെ യജമാനന്മാർ തങ്ങൾക്കെതിരെ നടത്തുന്ന ചൂഷണത്തിൽ നിന്നും ഭീകരവാഴ്ചയിൽനിന്നും മോചനം നേടാൻ പര്യാപ്തമായ ഒരു വിപ്ലവവീക്ഷണം പ്രദാനംചെയ്യാനും ശ്രമിക്കുന്നു. ജനങ്ങളെ മയക്കുന്ന കറുപ്പെന്ന നിലയിൽനിന്നും മതത്തെ മാറ്റത്തിനും പോരാട്ടത്തിനുമുള്ള ഉപകരണമാക്കി രൂപാന്തരപ്പെടുത്തുക.അതാണ് വിമോചന ദൈവശാസ്ത്രം ലക്ഷ്യമാക്കുന്നത്.

മറ്റു മതങ്ങളുമായി താരതമ്യപ്പെടുത്തുമ്പോൾ നേരത്തെ ചൂണ്ടിക്കാണിച്ചതുപോലെ ഒരു വിമോചനദൈവശാസ്ത്രം രൂപപ്പെടുത്തുന്നതിന് ഒട്ടേറെ സാധ്യതകളുള്ള ഒരു മതമാണ് ഇസ്ലാം. ചരിത്രപരമായ അതിന്റെ ഉത്ഭവം അതിന്റെ വിപ്ലവ സ്വഭാവത്തിന് സാക്ഷിയാണ്. ഇസ്ലാമിന്റെ ജന്മഭൂമിയായ മക്ക അന്താരാഷ്ട്രവാണിജ്യത്തിന്റെ കേന്ദ്രമായിരുന്നു. മക്കയുടെ സാമൂഹ്യരംഗത്ത് സങ്കീർണമായ അന്താരാഷ്ട്ര വാണിജ്യഏർപ്പെടലുകളിൽ മുഴുകി സമ്പന്നരായിത്തീർന്ന വ്യാപാരി സമൂഹത്തിന്റെ സ്വാധീനം ശക്തിപ്രാപിച്ചു വന്നു. ഗോത്രവർഗസമൂഹത്തിൽ ഇല്ലാതിരുന്ന സ്വകാര്യസ്വത്തിന്റെ കേന്ദ്രീകരണം ശക്തിപ്പെടുത്തുന്നതിന് ഇത് കാരണമായി. സമ്പന്നവ്യാപാരികൾ ഗോത്രാനന്തര വ്യാപാര കോർപ്പറേഷനുകൾ രൂപീകരിച്ച് ബൈസന്റിയൻ സാമ്രാജ്യത്തിലെ വ്യാപാര കുത്തക നേടിയെടുക്കുകയും ലാഭം കുന്നുകൂട്ടുകയും ചെയ്തു. ഗോത്രവ്യവസ്ഥയുടെ നീതി സങ്കൽപ്പങ്ങളെ ആകെ അട്ടിമറിച്ച ഈ വ്യാപാര താൽപ്പര്യങ്ങൾ മക്കയിലുടനീളം എല്ലാത്തരം സാമൂഹ്യതിന്മകളുടേയും വിത്തുപാകി.

വളർന്നുവരുന്ന സാമൂഹ്യസംഘർഷങ്ങളുടെ വിപത്ത് പ്രവാചകൻ ഗ്രഹിച്ചു. അദ്ദേഹം സമ്പന്ന വിഭാഗത്തിന് താക്കീത് നൽകി. സ്വത്ത് കുന്നുകൂട്ടി വയ്ക്കുന്നതിന്റെ വിപത്തും ദരിദ്രരെ ഉദ്ധരിക്കേണ്ടതിന്റെ ആവശ്യകതയും പ്രവാചകൻ ഊന്നിപ്പറഞ്ഞു. ഖുർ–ആനിൽ ഇത്തരം പരാമർശങ്ങൾ നിരവധിയാണ്.

സ്വത്ത് കൂട്ടിവയ്ക്കുന്നതിലെ തെറ്റ് ഖുർ–ആൻ വാചകങ്ങൾ ആവർത്തിച്ചാവർത്തിച്ച് ഓർമിപ്പിക്കുന്നുണ്ട്. ഇതുകൊണ്ടുതന്നെയാണ് മക്കയിലെ സമ്പന്നരായ വ്യാപാരികൾ പ്രവാചകനെ എതിർത്തതും. ഈ സ്ഥാപിത താൽപ്പര്യങ്ങൾക്കെതിരെയാണ് പ്രവാചകന് യുദ്ധം ചെയ്യേണ്ടിയിരുന്നത്. പ്രവാചകന്റെ സമത്വവാദം ആണ് അവരെ തീർത്തും അസഹിഷ്ണുക്കളാക്കിയത്. സമ്പന്നരുമായി ഏതെങ്കിലും തരത്തിലുള്ള ഒരു ഒത്തുതീർപ്പിന് പ്രവാചകൻ തയ്യാറായിരുന്നില്ല. അവരദ്ദേഹത്തെ ആവുന്നതരത്തിലൊക്കെ പീഡിപ്പിച്ചു. അക്കാലത്ത് ഏതെങ്കിലും വ്യവസ്ഥാപിത ഗവൺമെന്റ് മെഷിനറി മക്കയിൽ ഉണ്ടായിരുന്നില്ല. സമ്പന്നർ സമൂഹത്തിൽ നിർണായകമായ സ്വാധീനം ചെലുത്തിയിരുന്നു. ഏതൊരു സമൂഹത്തിലേയും സമ്പന്നരെ എന്നതുപോലെ മക്കയിലെ സമ്പന്നരും ഏതെങ്കിലും മതപ്രബോധനങ്ങൾ കേട്ടിളകി മറിയുന്നവരായിരുന്നില്ല.

അവരുടെ ആക്രമണം കേവലം മതതത്വങ്ങൾക്കെതിരെ ഉള്ളതായിരുന്നില്ല. പിന്നെയോ മുഹമ്മദ് നബിയുടെ ഉപദേശങ്ങൾ നിലവിലുള്ള സമ്പദ് വ്യവസ്ഥയിലുണ്ടാക്കിയേക്കാവുന്ന പ്രത്യാഘാതങ്ങൾ ഓർത്തിട്ടായിരുന്നു.

ഡോ. കാൽഫലാഹ് (Khalfaallah) രേഖപ്പെടുത്തിയിരിക്കുന്നു: ഈ മക്കാ നേതാക്കന്മാരുടെ ശക്തി അവരുടെ സമ്പത്ത് മാത്രമായിരുന്നു. സമൂഹത്തിൽ ഇവർ ചെലുത്തിയിരുന്ന ശക്തിയെ ഭേദിക്കാനുള്ള ആഹ്വാനമാണ് ഖുർ–ആൻ നൽകിയിരുന്നത്. അന്യരുടെ അവകാശങ്ങളെ അടിച്ചമർത്താത്ത ഏക ശക്തിയും അല്ലാഹുവിന്റേതുമാത്രമാണ്. അല്ലാഹുവിന്റേതല്ലാത്ത എല്ലാ ശക്തികളും മനുഷ്യരെ അവരുടെ യഥാർത്ഥ ജീവിത ലക്ഷ്യങ്ങളിൽനിന്ന് പിന്തിരിപ്പിക്കുകയാണ് ചെയ്യുന്നത്. യഥാർഥ ജീവിതലക്ഷ്യം–സദ്പ്രവൃത്തികൾ കൊണ്ടല്ലാതെ സമ്പത്തുകൊണ്ടാർജിക്കുവാൻ കഴിയുന്നതല്ല. യഥാർഥ ജീവിതലക്ഷ്യങ്ങൾകൊണ്ടല്ലാതെ സമ്പത്തുകൊണ്ടാർജ്ജിക്കാൻ കഴിയുന്നതല്ല ഈ ലക്ഷ്യം. സമ്പത്തും നീതിയും ഒരുമിച്ചു പോകുകയില്ലെന്ന് ഖുർ–ആൻ വീണ്ടും അനുശാസിക്കുന്നുണ്ട്

പ്രവാചകൻ ഇസ്ലാമിന് തുടക്കം കുറിച്ചപ്പോൾ ഒരു പറ്റം ചെറുപ്പക്കാരും സമൂഹത്തിലെ ദുർബലവിഭാഗങ്ങളുമാണ് ആ പ്രസ്ഥാനത്തെ പിൻതുടർന്നത്. ഇതര വിഭാഗങ്ങളിൽനിന്നുള്ളവർ അത്യപൂർവമായിരുന്നു. അബ്സീനിയയിലെ ബിലാലിനെപ്പോലുള്ള ഒട്ടേറെ അടിമകളും അധഃകൃതരും പ്രവാചകന്റെ പ്രസ്ഥാനത്തെ പിന്തുടർന്നിരുന്നു. റെയിഫ് ക്രോറി (Raif Khoury) എന്ന ലെബനീസ് ക്രിസ്ത്യൻ എഴുത്തുകാരൻ ഇസ്ലാമിന്റെ ആദ്യകാല പ്രവർത്തനങ്ങളെക്കുറിച്ച് എഴുതിയിരിക്കുന്നത് ഇപ്രകാരമാണ്.

> ലോകമെങ്ങുമുള്ള മുസ്ലീം ദേവാലയങ്ങളിൽനിന്ന് ദിവസം അഞ്ചു പ്രാവശ്യം കേട്ടുകൊണ്ടിരിക്കുന്ന അല്ലാഹു അക്ബർ എന്ന മന്ത്രധ്വനിയുണ്ടല്ലോ! ആരാണിത് ആദ്യം തുടക്കമിട്ടതെന്നറിയാമോ? ബിലാൽ എന്ന അബ്സീനിയൻ അടിമയാണ്. അറേബ്യൻ ഉപഭൂഖണ്ഡത്തെ ആകെ പ്രകമ്പനം കൊള്ളിച്ചുകൊണ്ട് ആദ്യമായി ഇത് വിളിച്ചുപറഞ്ഞത് ആ മനുഷ്യനായിരുന്നു. പ്രവാചകന്റെ പ്രസ്ഥാനം അതിന്റെ ശൈശവത്തിലായിരുന്ന കാലത്തായിരുന്നു ഈ ആദ്യത്തെ വാങ്കുവിളി എന്നോർക്കണം. വിമോചനത്തിന്റെ ഉദയസൂര്യൻ ഉദിച്ചുയരുന്നതിന്റെ മുന്നോടിയായി അന്തരീക്ഷത്തിൽ മാറ്റൊലിക്കൊണ്ട ആ വിശ്വാസപ്രഖ്യാപനം ദുർബലവിഭാഗങ്ങളുടേമേൽ ആധിപത്യം ചെലുത്തിയിരുന്ന പ്രഭുക്കന്മാരുടെയും ഭരണാധികാരികളുടെയും താൽപ്പര്യങ്ങൾക്കെതിരായ ഒരു താക്കീതായിരുന്നു അത്. അതൊരു പുതുയുഗത്തിന്റെ പിറവിയായിരുന്നു. അല്ലാഹു അക്ബർ എന്ന ആ പ്രഖ്യാപനത്തിലടങ്ങിയിരിക്കുന്ന

അർഥത്തെക്കുറിച്ച് നിങ്ങൾ അൽപ്പമെങ്കിലും ആലോചിച്ചിട്ടുണ്ടോ. ലളിതമായ ഭാഷയിൽപറഞ്ഞാൽ അതിന്റെ അർഥം ഇങ്ങനെയാണ്. ധനാർത്തിപൂണ്ട ദ്രോഹികളെ ശിക്ഷിക്കുക. ലാഭം ഉണ്ടാക്കുന്നവരിൽനിന്ന് നികുതി ഈടാക്കുക, കുത്തകകളുടെ സ്വത്തുക്കൾ കണ്ടുകെട്ടുക. ജനങ്ങൾക്കവരുടെ ആഹാരം ഉറപ്പുവരുത്തുക, വിദ്യാഭ്യാസത്തിന്റെയും പുരോഗതിയുടെയും വാതിൽ സ്ത്രീകൾക്ക് തുറന്നുകൊടുക്കുക, സമൂഹത്തിൽ വിഭാഗീയതകളും അജ്ഞതയും വിതയ്ക്കുന്നവരെ നശിപ്പിക്കുക. ശാസ്ത്രത്തെ ശക്തിപ്പെടുത്തുന്ന സ്വാതന്ത്ര്യത്തിന്റെ നക്ഷത്രങ്ങൾ പ്രകാശിക്കട്ടെ, ജനാധിപത്യം കരുത്താർജിക്കട്ടെ. ഇതൊക്കെയാണ് ആ രണ്ട് വാക്കുകൾക്കൊണ്ടർഥമാക്കുന്നത്.

അറേബ്യൻ സമൂഹത്തിൽ ദൂരവ്യാപകമായ മാറ്റങ്ങൾക്ക് പ്രവാചകൻ തുടക്കം കുറിച്ചു. ഇത് ശക്തമായ സ്ഥാപിത താൽപ്പര്യങ്ങളുടെ പതനത്തിൽ കലാശിച്ചു. മക്കയിലെ ദുർബലവിഭാഗങ്ങളുടെ ജീവിതാവസ്ഥയെക്കുറിച്ച് പ്രവാചകൻ അതീവ ജാഗ്രത പുലർത്തിയിരുന്നു. ആ കാലഘട്ടത്തിന്റെ പ്രത്യേക പശ്ചാത്തലത്തിൽ ഖുർ–ആൻ അവതരിപ്പിച്ച പരാമർശങ്ങളെ ഇസ്ലാമിൽ വികാസം പ്രാപിച്ചുകൊണ്ടിരിക്കുന്ന വിമോചന ദൈവശാസ്ത്രത്തിന്റെ വെളിച്ചത്തിൽ പുനർവ്യാഖ്യാനം ചെയ്യേണ്ടതുണ്ട്. ഇസ്ലാം സ്വാഭാവികമായും ഒരു മത പ്രസ്ഥാനമെന്ന നിലയിലാണ് തുടങ്ങുന്നത്. അതിനാൽ ഈ പരാമർശങ്ങൾക്ക് ആഴമേറിയ മതാത്മകതയുടെ ലക്ഷ്യാർഥമാണുള്ളത്. മുകളിൽ സൂചിപ്പിച്ചതുപോലെ ഇസ്ലാം കേവലം ആത്മീയ വിഷയങ്ങളിൽ മാത്രമല്ല ഭൗതിക വിഷയങ്ങളിലും ശ്രദ്ധപതിപ്പിക്കുന്നു. നീതിപൂർവകമായ ഒരു സമൂഹം ഭൂമിയിൽ സ്ഥാപിക്കുക എന്നതിനെ അത് ഗൗരവമായി എടുക്കുന്നു.

ഈ സ്ഥിതിക്ക് ഇവിടെ പരാമർശിക്കപ്പെട്ടിരിക്കുന്ന സംജ്ഞകളുടെ സാമൂഹ്യസാമ്പത്തിക പരിപ്രേക്ഷ്യം എന്തെന്ന് മനസിലാക്കേണ്ടതുണ്ട്. ഇവിടെ മതപരമായ സൂചനാർഥങ്ങളെ മാത്രമല്ല വിമോചനദൈവശാസ്ത്രം മനസിലാക്കുന്നതെന്ന് സാരം. ചൂഷണവിമുക്തമായ ഒരു സമൂഹത്തെ ഇസ്ലാം വിഭാവനം ചെയ്യുന്നു. അനീതിയെയും അടിച്ചമർത്തലിനെയും അത് ഏതുരീതിയിലുള്ളതായാൽ തന്നെയും ഇസ്ലാം എതിർക്കുന്നു. കരുണാപൂർണനും നീതിമാനുമായ ദൈവത്തിന്റെ നിയമങ്ങൾക്കനുസൃതമായിട്ടുള്ള സാമൂഹ്യമാറ്റങ്ങളെ അത് സ്വാഗതം ചെയ്യുന്നു. *ഖുർ–ആനി*ലെ ദൈവസങ്കൽപ്പപ്രകാരം ദൈവം കാരുണ്യവാൻ മാത്രമല്ല ശക്തനും നീതിമാനും കൂടിയാണെന്നോർക്കണം. തങ്ങളനുഭവിച്ച മർദനത്തിനെതിരെ പ്രതികാര നടപടികൾ സ്വീകരിക്കുന്നതിനെ അതിക്രമ പ്രവൃത്തിയായി ഖുർ–ആൻ കാണുന്നില്ല. (ഖുർ–ആൻ XXVI: 227)

അടിച്ചമർത്തലിനെയും അനീതിയെയും ഖുർ–ആൻ എത്രശക്തമായി അപലപിക്കുന്നുവെന്ന് നമ്മൾ കണ്ടുകഴിഞ്ഞു. ആരോഗ്യകരമായ

ഒരു സാമൂഹ്യവ്യവസ്ഥക്ക് വേണ്ടിയും സമത്വാധിഷ്ഠിതമായ ഒരു സമൂഹത്തിനുവേണ്ടിയുമുള്ള ഉദ്ബോധനങ്ങളാണ് ഇത് മുന്നോട്ട് വയ്ക്കുന്നത്. ആ സ്ഥിതിക്ക് ഇപ്പോൾ കാഫിർ എന്ന പദത്തിലൂടെ അർഥമാക്കുന്നത് പരമ്പരാഗത ദൈവശാസ്ത്രം അനുശാസിക്കുന്നതുപോലെ അവിശ്വാസി എന്ന് മാത്രമല്ല സർവശക്തിയും ഉപയോഗിച്ച് സമ്പത്തിന്റെ കേന്ദ്രീകരണത്തിനായ ചൂഷണവും അനീതിയും വളർത്തുന്നവരാണ് യഥാർഥ കാഫിറുകൾ എന്ന് സിദ്ധിക്കുന്നു.

കുഫ്ർ അഥവാ അവിശ്വാസം വിമോചന ദൈവശാസ്ത്രപ്രകാരം കേവലം ദൈവത്തിൽ വിശ്വസിക്കാതിരിക്കലിനുമാത്രമല്ല ബാധകമായിരിക്കുന്നത്. ദൈവത്തിൽ വിശ്വസിക്കുന്നുവെന്ന് പ്രഖ്യാപിക്കുകയും സമ്പത്ത് സ്വരൂപിക്കുന്നതിൽ വ്യാപരിക്കുകയും അന്യരെ ചൂഷണം ചെയ്യുകയും ചെയ്യുന്നവർ ശരിയായ അർഥത്തിൽ അവിശ്വാസികളും ദൈവക്രോധത്തിന്റെ ഇരകളുമാണ്. മാഊൻ സൂക്തങ്ങൾ എന്നറിയപ്പെടുന്ന ഖുർ-ആൻ ഭാഗത്ത് ഇങ്ങനെ പറയുന്നു. ആരാണ് ദൈവവിരോധം കാണിക്കുന്നത്. അനാഥർക്കെതിരെ മുഖം തിരിക്കുകയും ദരിദ്രരെ പോഷിപ്പിക്കാതിരിക്കുകയും ചെയ്യുന്നവർതന്നെ.

തങ്ങളുടെ മതവിശ്വാസം പ്രഖ്യാപിക്കുകയും അഗതികളെയും അനാഥരെയും അവഗണിക്കുകയും ചെയ്യുന്നവർ ശരിയായ വിശ്വാസികളല്ല. യഥാർഥവിശ്വാസി അഥവാ ഒരു മുസ്ലീം ചെയ്യേണ്ടിയിരിക്കുന്നത് സമത്വസമ്പന്നവും നീതിയുക്തവുമായ ഒരു സമൂഹത്തിന്റെ സൃഷ്ടിക്കായി പരിശ്രമിക്കുകയാണന്നു വരുന്നു. മധ്യകാല ദൈവശാസ്ത്രജ്ഞന്മാർ ദാനധർമങ്ങൾ നൽകുകവഴി ഈ പ്രശ്നം പരിഹരിക്കാമെന്ന് കരുതിയിരുന്നവരും അതിനായി പ്രബോധനം നടത്തിയിരുന്നവരുമായിരുന്നു. ആധുനിക വ്യാവസായിക യുഗത്തിൽ ജീവിക്കുന്ന വിമോചന ദൈവശാസ്ത്രകാരന്മാർ ഈ സമീപനത്തെ അംഗീകരിക്കുന്നില്ല. പകരം ലഭ്യമായ എല്ലാ സമ്പത്തിന്റേയും സമമായ വിതരണത്തിലൂടെ ഒരു സോഷ്യലിസ്റ്റ് സാമൂഹ്യഘടന കെട്ടിപ്പടുക്കേണ്ടതുണ്ടെന്ന നിലപാട് സ്വീകരിക്കുന്നു.

ധർമം കൊടുക്കുന്നതിനെക്കുറിച്ച് ഖുർ-ആൻ വ്യക്തമായ നിരീക്ഷണങ്ങൾ നടത്തുന്നുണ്ട്.

> സത്യവിശ്വാസികളെ; മനുഷ്യരെ കാണിക്കുവാൻ മാത്രം ദാനധർമങ്ങൾ ചെയ്യുന്നവരുടെ ചെലവാക്കൽ നിഷ്ഫലമായിപ്പോകും. അല്ലാഹുവിലും അന്ത്യദിനത്തിലും വിശ്വസിക്കാത്ത ഇത്തരക്കാർ മിനുസമുള്ള പാറപ്പുറത്തുള്ള കൃഷിപോലെയാണ്. അതിന്മേൽ മണ്ണുണ്ട്. ഒരു മഴ പെയ്തുകഴിയുമ്പോൾ മണ്ണും വിത്തും ആകെ ഒലിച്ചുപോകും. പാറമാത്രം അവശേഷിക്കുന്നു. തങ്ങൾ അധ്വാനിച്ചതിന്റെ യാതൊരു ഫലവും കരസ്ഥമാക്കാൻ അവർക്കു കഴിയുകയില്ല.

ആഢംബരത്തിനുവേണ്ടി ദാനധർമങ്ങൾ ചെയ്യുക എന്ന മനുഷ്യ ദൗർബല്യത്തെ ഖുർ–ആൻ അംഗീകരിക്കുന്നു. ധർമം കൊടുക്കുന്ന ആളിന് സ്വാഭാവികമായും ധർമം സ്വീകരിക്കുന്ന ആളിന്റെ മേൽ മേധാവിത്വം ലഭിക്കുന്നു. ധർമം സ്വീകരിക്കുന്നവരിൽ അപകർഷതാബോധം വളർത്താനും അവരുടെ വികാരങ്ങളെ വ്രണപ്പെടുത്താനും ദാനം നൽകുന്നവർക്ക് കഴിയും. പാറപ്പുറത്തെ കൃഷിയുടെ ഉപമ പറഞ്ഞുകൊണ്ട് കൊടുക്കലിലൂടെ സാമൂഹ്യക്ഷേമം സുസ്ഥിരമാക്കാനോ സാമൂഹ്യനീതി കൈവരിക്കാനോ സാധിക്കില്ലെന്ന് ഖുർ–ആൻ തറപ്പിച്ചു പറയുന്നു. ഇതിന്റെ അർഥം സമ്പത്തിന്റെ നീതിപൂർവമായ വിതരണം എന്നുതന്നെയാണ്. മെച്ചപ്പെട്ട സാമൂഹ്യ ബന്ധങ്ങൾ സ്ഥാപിക്കുന്നതിനും സംഘർഷ പരിഹാരത്തിലും ഇതുമാത്രമാണ് പോംവഴി.

ഖുർ–ആൻ അടിസ്ഥാനപരമായി പ്രതീകാത്മക ഭാഷയാണുപയോഗിക്കുന്നത്. കാലഘട്ടത്തിന്റെ ആവശ്യങ്ങളോടും മൂല്യസങ്കൽപ്പങ്ങളോടും ബന്ധപ്പെടുത്തിവേണം ഈ പ്രതീകങ്ങളെ വ്യാഖ്യാനിക്കാൻ. ഇന്നത്തേതുപോലുള്ള ഒരു വ്യാവസായിക സമ്പദ്‌വ്യവസ്ഥയിൽ മധ്യകാലധാരണകൾക്കും സങ്കൽപ്പങ്ങൾക്കും അനുസരിച്ചുള്ള വ്യാഖ്യാനങ്ങൾക്ക് പ്രസക്തിയില്ലാതെ വരുന്നു.

സക്കാത്ത് നൽകലിനുപകരം മറ്റു സ്ഥാപനങ്ങൾ വളർത്തിയെടുത്തുകൊണ്ട് മാത്രമെ സാമൂഹ്യനീതി കൈവരിക്കാനാകൂ. സോഷ്യലിസ്റ്റ് സമ്പദ്ശാസ്ത്രത്തിന്റെ തത്വങ്ങൾ ഈ കാര്യത്തിൽ ഖുർ–ആന്റെ അന്തസത്തയോട് വളരെയടുത്ത് വരുന്നുണ്ടെന്ന് കാണാൻ കഴിയും. നീതിപൂർവമായ ഉൽപ്പാദന വ്യവസ്ഥയിൽ ഉൽപ്പന്നങ്ങളുടെ ഉടമസ്ഥത ഉൽപ്പാദകനു തന്നെ ആയിരിക്കണമെന്ന് ഖുർ–ആൻ അനുശാസിക്കുന്നുണ്ട്. മറ്റൊരുവന്റെ സുഖത്തിനായി വേറൊരുവൻ അധ്വാനിക്കരുത് എന്ന് പറഞ്ഞാൽ ഫ്യൂഡലിസത്തിലോ മുതലാളിത്തത്തിലോ നടപ്പിലിരിക്കുന്നതുപോലെ അന്യരുടെ അധ്വാനഫലം ഉചിതമായ പ്രതിഫലം നൽകാതെ കവർന്നെടുക്കുന്നത് തെറ്റാണെന്നുതന്നെയാണർഥം. ഇതൊരു സോഷ്യലിസ്റ്റ് ആശയമാണ്. മനുഷ്യനെന്ത് പ്രവർത്തിക്കുന്നുവോ അതിനനുസരിച്ചുള്ള പ്രതിഫലമായിരിക്കും അവനു ലഭിക്കുകയെന്ന് ഖുർ–ആൻ പറയുന്നു. ഒരുവന്റെ അധ്വാനത്തെ ആസ്പദമാക്കിയുണ്ടാക്കുന്ന സമ്പത്തിന്റെ ഉടമ അവൻതന്നെയാണെന്ന് ഖുർ – ആൻ ഉറപ്പിക്കുകയാണ് ചെയ്യുന്നത്. മറ്റുവാക്കുകളിൽ പറഞ്ഞാൽ അന്യരരുടെ അധ്വാനത്തെ ചൂഷണം ചെയ്തു സ്വരൂപിക്കുന്ന സ്വത്തത്രയും അനിസ്ലാമികമാണ്. അധ്വാനത്തെ ആസ്പദമാക്കിയുള്ള സ്വത്തുടമാവ്യവസ്ഥ എന്ന തത്വത്തിന് വിമോചന ദൈവശാസ്ത്രം എത്രമാത്രം ഊന്നൽ കൊടുക്കുന്നുണ്ടെന്ന് പ്രത്യേകം പറയേണ്ടതില്ലല്ലോ.

ഇസ്ലാമിലെ സ്വകാര്യ സ്വത്തുടമസ്ഥത എന്ന പ്രശ്നമാണിനി നമുക്ക് ചർച്ചചെയ്യേണ്ടത്. പാരമ്പര്യ ദൈവശാസ്ത്രജ്ഞന്മാരുടെ ധാരണപ്രകാരം, സ്വത്തവകാശം പവിത്രവും അലംഘനീയവുമാണ്. 1976ൽ

മക്കയിൽനടന്ന ഒരു ഇസ്ലാമിക് കോൺഫ്രൻസ് ദേശാസൽക്കരണം ഇസ്ലാമിക് വിരുദ്ധമാണെന്ന് തീരുമാനമെടുക്കുകയുണ്ടായി. ധനകാര്യ സ്ഥാപനങ്ങളും സമ്പത്തിന്റെ സ്രോതസ്സുകളായ മറ്റുൽപ്പാദനോപകര ണങ്ങളും മറ്റുള്ളവർക്കായിട്ടുകൂടി കാത്തുസൂക്ഷിക്കുക എന്ന ട്രിസ്റ്റിഷിപ്പ് വ്യവസ്ഥയാണ് ഇസ്ലാം പഠിപ്പിക്കുന്നതെന്നായിരുന്നു കോൺഫ്രൻ സിന്റെ നിഗമനം. സ്വത്തുടമസ്ഥതയിൽ ഊന്നിയ ഈ സമ്പ്രദായത്തിന്റെ മേൽനോട്ടം മാത്രമേ ഭരണകൂടം അനുഷ്ഠിക്കേണ്ടതുള്ളൂ. അതിനപ്പു റമുള്ള കൈകടത്തൽ അനാവശ്യമാണെന്നുമായിരുന്നു കോൺഫ്രൻ സിന്റെ നിഗമനം. എന്നാൽ ഖുർ–ആൻ തത്വപ്രകാരം സ്വകാര്യസ്വത്തിന് യാതൊരു പവിത്രതയുമില്ലെന്ന് കാണാൻ കഴിയും. സ്വന്തം അധ്വാനമ ല്ലാതെ മറ്റേതുമാർഗത്തിലൂടെ സമ്പാദിക്കുന്ന സ്വത്തിനേയും ഇസ്ലാം അംഗീകരിക്കുന്നില്ല.

ഉടമസ്ഥൻ സ്വന്തമായി കൃഷിചെയ്യുന്നില്ലെങ്കിൽ കൃഷിഭൂമി സ്വന്ത മായി വെച്ചുകൊണ്ടിരിക്കുന്നതിനെ പ്രവാചകൻ വിലക്കുന്നുണ്ട്. ഭൂമി പാട്ടത്തിന് കൊടുക്കുന്നതിനേയും പ്രവാചകപാരമ്പര്യം വിലക്കിയിരി ക്കുന്നതായി ഹദീസുകളിൽ കാണാൻ കഴിയും. പ്രവാചകന്റെ അടുത്ത അനുചരന്മാരായിരുന്ന ആറ് പേർ പിൽക്കാലത്ത് ഈ വിഷയത്തെക്കു റിച്ച് പ്രതിപാദിച്ചിട്ടുണ്ട്. സ്വഹീഹ് മുസ്ലീമിന്റെ ഒരു പാരമ്പര്യം ജബീർ ബീൻ അബ്ദുള്ള പ്രവാചകൻ ഇപ്രകാരം പറഞ്ഞതായി രേഖപ്പെടുത്തി യിരിക്കുന്നു. ഭൂമി കൈവശം വെച്ചുകൊണ്ടിരിക്കുമ്പോൾ അതിൽ അധ്വാ നിക്കുക തന്നെ ചെയ്യണം. അതിന് കഴിയാത്തവൻ അധ്വാനിക്കുവാൻ തയ്യാറുള്ള മറ്റുള്ളവർക്ക് പ്രതിഫലം ഒന്നും വാങ്ങാതെതന്നെ ഭൂമി വിട്ടു കൊടുക്കണം.

സാധാരണ കരുതപ്പെട്ടുവന്നതുപോലെ സ്വത്ത് സമ്പാദിക്കാനും പരി പാലിക്കാനുമുള്ള അവകാശം ഇസ്ലാമിൽ നിരുപാധികമല്ലെന്നു വ്യക്ത മാണ്. നീതിപൂർവമായ ഒരു സാമൂഹ്യഘടനയ്ക്ക് തടസ്സമായി നിൽ ക്കുന്ന ഇറാന്റെ നാടുകടത്തപ്പെട്ട പ്രസിഡണ്ട് ബനീസദർ അദ്ദേഹ ത്തിന്റെ പ്രസിദ്ധമായ *Iqtisad - Itawhidi* എന്ന ഗ്രന്ഥത്തിൽ സ്വത്തിനെ മൂന്ന് ഇനങ്ങളായി തരംതിരിക്കുന്നു. സ്വന്തം അധ്വാനത്തെ അടിസ്ഥാന മാക്കി രൂപീകരിച്ച സ്വകാര്യസ്വത്ത്, പൊതുസ്വത്ത്, ചതിവിലൂടെയും വഞ്ചനയിലൂടെയും നേടിയെടുത്ത സ്വത്ത്. നബീസദർ ആവർത്തിച്ചുപ റയുന്നു. ബലം പ്രയോഗിച്ച് നേടിയ ഉടമസ്ഥതയെ ഇസ്ലാം അംഗീകരി ക്കുന്നില്ല. മുതലാളിത്ത വ്യവസ്ഥയിലെ ഉടമസ്ഥതാവകാശം ബലപ്ര യോഗങ്ങളിലൂടെയല്ലാതെ നിലനിർത്താനാകുന്നില്ല എന്നതിനാൽ അത് അനിസ്ലാമികമാകുന്നു. ഇസ്ലാമിക് സമ്പദ്വ്യവസ്ഥയിൽ തൊഴിലിനെ അടിസ്ഥാനപ്പെടുത്തിയുള്ള സ്വത്ത് മാത്രമേ അനുവദിക്കപ്പെട്ടിട്ടുള്ളൂ. അങ്ങനെയല്ലാതെ വരുമ്പോൾ സ്വത്ത് സൂക്ഷിക്കുവാൻ മാത്രം സ്വത്തു ടമകൾക്ക് പ്രത്യേകം ശക്തി ചെലുത്തേണ്ടിവരുന്നു. ഇപ്രകാരം ചെലു ത്തപ്പെടുന്ന ശക്തിക്ക് ക്ഷയം സംഭവിക്കുമ്പോൾ സ്വത്തും ക്ഷയിക്കുന്നു.

ബനീസദർ (Banisadar) ഖുർആനിലെ പല വാചകങ്ങളും വ്യാഖ്യാനിക്കുന്നത് ഈ തരത്തിലാണ്. അദ്ദേഹത്തിന്റെ വ്യാഖ്യാനപ്രകാരം കുഫ്ർ അവിശ്വാസം (Kurfrun belief) എന്നാൽ നീതിപൂർവമായ സമൂഹസൃഷ്ടിയെ തടസ്സപ്പെടുത്തലാണ്. കാഫിറെന്നാൽ അന്യരെ അടിച്ചമർത്തുന്നവനും അവരുടെ മേൽ അധികാരം ചെലുത്തുന്നവനുമാണ്. ഒരുവൻ ഏതു വിശ്വാസം പിന്തുടർന്നാലും ഖുർ–ആൻ അനുശാസിക്കുന്ന പ്രകാരം ഭൂമി സർവർക്കും അവകാശപ്പെട്ടതായിരിക്കേ ആർക്കെങ്കിലും കുറെപ്പേർക്ക് മാത്രമായി മുഴുവൻപേരേയും അമർത്തിവയ്ക്കാൻ എന്താണവകാശം. ഇങ്ങനെ ചെയ്യുന്നതാണ് അവിശ്വാസം അഥവാ കുഫ്ർ. ദുർബലരെ അടിച്ചമർത്തുന്ന ശക്തന്മാർ അവിശ്വാസത്തിന്റെ പാതയിലാണ്. വിമോചന ദൈവശാസ്ത്രം ഈ സമീപനത്തെ കേന്ദ്രബിന്ദുവായി സ്വീകരിക്കുന്നു.

ഇസ്ലാമിന്റെ മറ്റൊരു കേന്ദ്രസങ്കൽപ്പമാണ് തൗഹീദ് (Tawhid). പാരമ്പര്യ ദൈവശാസ്ത്രപ്രകാരം ദൈവകുടുംബം അഥവാ അല്ലാഹുവുമായി ഒത്തുപ്രവർത്തിക്കുന്നവർ എന്ന അർഥത്തിലാണ് ഈ പ്രയോഗം. വിമോചന ദൈവശാസ്ത്രം ഈ സങ്കൽപ്പത്തെ കുറെക്കൂടി വികസിപ്പിക്കുന്നു. ഇതുപ്രകാരം ദൈവവും മലക്കുകളും മാത്രമല്ല മനുഷ്യനും ഈ ഐക്യത്തിൽ കണ്ണിചേരുന്നു. ഇതുപ്രകാരം ശരിയായ ഒരു ഇസ്ലാമിക് സമൂഹം യാതൊരു തരത്തിലുള്ള വിവേചനവും അനുവദിക്കുന്നില്ല. ഒരു വർഗ രഹിത സമൂഹം സൃഷ്ടിക്കുക മാത്രമാണിത്തരം ഒരു ഐക്യം കൈവരിക്കാനുള്ള മാർഗം. തൗഹീദ് സംബന്ധിച്ച ഈ സങ്കൽപ്പം സാക്ഷാൽക്കരിക്കുകയാണ് വിമോചന ദൈവശാസ്ത്രം ലക്ഷ്യമാക്കുന്നത്.

ഇസ്ലാമിൽ ഒരു വിമോചന ദൈവശാസ്ത്രം കരുപ്പിടിപ്പിക്കാനുള്ള ശ്രമങ്ങളുടെ ഭാഗമായി പരിശുദ്ധ ഖുർ–ആനെ പുനർവ്യാഖ്യാനം ചെയ്യുമ്പോൾ നൽകേണ്ട മുഖ്യപരിഗണനകളാണ് മുകളിൽ പരാമർശിച്ചത്. എന്നാൽ ഇന്നത്തെ മതപണ്ഡിതന്മാരാകട്ടെ ആധുനിക ലോകത്തിന്റെ പ്രശ്നങ്ങളെ തീർത്തും മനസിലാക്കാതെ പഴയ ഇസ്രയേൽ പുരാവൃത്തങ്ങളെ പിന്തുടരുകയാണ് ചെയ്യുന്നത്. ഖുർ–ആന്റെ ആദ്യകാല വ്യാഖ്യാതാക്കളെ സ്വാധീനിച്ചിരുന്നത് ഈ പുരാവൃത്തങ്ങളായിരുന്നു. ഫെർട്ടൈൽ ക്രസന്റ് എന്നറിയപ്പെടുന്ന അറേബ്യൻ ഭൂവിഭാഗം ഇസ്ലാമിന് അധീനമായതോടെ ഇസ്രയേൽ പുരാവൃത്തങ്ങൾ ഖുർ–ആൻ വ്യാഖ്യാതാക്കളെ വിപുലമായി സ്വാധീനിക്കുകയുണ്ടായി. ഈ സ്വാധീനം ഖുർ–ആന്റെ വിപ്ലവസത്തയെ പിന്നോക്കം തള്ളുകയുണ്ടായി. ഇതിന്റെ പ്രത്യാഘാതങ്ങളെക്കുറിച്ച് ബോധവാന്മാരായിരുന്ന വ്യാഖ്യാതാക്കൾ അന്നുതന്നെയുണ്ടായിരുന്നു. ഇബ്നാൻ മിസക്കുമായ അതിലൊരാളായിരുന്നു. അടുത്തതലമുറയ്ക്ക് പ്രയോജനകരമെന്ന് തോന്നിയ ഖുർ–ആൻ ഭാഗങ്ങൾ മാത്രമാണദ്ദേഹം വ്യാഖ്യാനവിധേയമാക്കിയത്. ജനങ്ങളുടെ ബോധമനസിനെ മയക്കികിടത്താൻമാത്രം പര്യാപ്തമായ പുരാവൃത്തങ്ങളെയും ഐതിഹ്യകഥകളെയും അദ്ദേഹം അവഗണിച്ചു. തങ്ങളുടെ

പ്രയോഗികജീവിതത്തിൽ കാര്യമായ പ്രയോജനമൊന്നും ചെയ്യാനില്ലാത്തതിനാൽ പ്രവാചകന്റെ അത്ഭുത പ്രവൃത്തികളെപ്പോലും അദ്ദേഹം അവഗണിക്കുകയായിരുന്നു.

ഉമയ്യാദ് അബ്ബാസിയ രാജവംശങ്ങളുടെ യഥാതഥാവസ്ഥ (Status-quo) നിലനിർത്താനുള്ള പരിശ്രമം അന്നത്തെ മതപണ്ഡിതന്മാർക്ക് നേരിടേണ്ടിവന്ന ഒരു വെല്ലുവിളിയായിരുന്നു. അതുകൊണ്ടുതന്നെ ഇവരുടെ ഖുർ–ആൻ വാക്യങ്ങളിൽ കൗതുകകരങ്ങളായ പുരാവൃത്ത കഥകൾക്ക് കൂടുതൽ പ്രാധാന്യം കൈവരുകയുണ്ടായി .മാറ്റത്തിന്റെ സന്ദേശങ്ങളെയെന്നപോലെ ഖുർ–ആൻ തത്വങ്ങളുടെ പ്രായോഗിക പ്രസക്തിയും അവഗണിക്കപ്പെടുകയായിരുന്നു ഇതിന്റെ ഫലം. അമിതാധികാരവാഴ്ച നടത്തുന്ന സർവസ്ഥാപനങ്ങൾക്കും ഖുർ–ആൻ എതിരായിരുന്നു. ഖുർ–ആനിൽ സൂചിപ്പിച്ചിരിക്കുന്ന എല്ലാ പ്രവാചകന്മാരും ജനങ്ങളുടെയിടയിൽ നിന്നുയർന്നുവന്നവരാണ്. അല്ലാതെ അധികാരികളുടെയിടയിൽ നിന്നോ അധികാരസ്ഥാപനങ്ങളിൽനിന്നോ വന്നവരായിരുന്നില്ല. ജനങ്ങളെ ദ്രോഹിച്ചുകൊണ്ട് വാഴ്ച തുടർന്ന അധികാരികൾക്കെതിരെയായിരുന്നു അവരുടെ പ്രവർത്തനം കേന്ദ്രീകരിച്ചിരുന്നത്. ഖുർആൻ വ്യക്തമാക്കുന്നു:

> ജനങ്ങൾക്കിടയിൽ നിന്ന് അവൻ പ്രവാചകന്മാരെ അയക്കുന്നത് അവന്റെ വെളിപ്പെടുത്തലുകൾ നിങ്ങളോട് അറിയിക്കാനും അതുവഴി അവരെ വിശുദ്ധീകരിക്കാനും വിശുദ്ധവചനങ്ങളിലെ അറിവും ബുദ്ധിയും ഗ്രഹിക്കുന്നതിന് അവരെ പ്രാപ്തരാക്കുന്നതിനുമാണ്.

അപ്പോസ്തലന്മാർ അഥവാ പ്രവാചകന്മാർ ജനങ്ങളുടെ ഇടയിൽ നിന്ന് തെരഞ്ഞെടുക്കപ്പെട്ടവരാണെന്ന് ഖുർ–ആൻ വ്യക്തമാക്കുന്നു. അടിച്ചമർത്തലിനും ചൂഷണത്തിനും എതിരായ പോരാട്ടത്തിൽ ജനങ്ങളെ പ്രാപ്തരാക്കുന്നതിനാണ് അവർ നിയോഗിക്കപ്പെട്ടിരിക്കുന്നത്. ഇസ്രയേലിന്റെ വിമോചകനായ മോസ്സസ്സിനെ ഖുർ–ആൻ ചിത്രീകരിക്കുന്നു. ഫറവോന്റെ പീഡനത്തിൽ നിന്ന് ജനങ്ങളെ വിമോചിപ്പിക്കാൻ ദൈവം മോസ്സസ്സിനെ നിയോഗിക്കുകയായിരുന്നു. ഇവിടെ ലോകത്തിലെ പീഡിതരും ദരിദ്രരുമായ ജനതയുടെ മൂലമാതൃകയായിരുന്നു മോസ്സസ്സ്.

ഇസ്ലാമിലെ പ്രബലമായ ഒരു ധാരയാണ് ജിഹാദ് എന്നത്. ഇതിന്റെ അർഥം പോരാട്ടമെന്നാണ്. വിമോചന ദൈവശാസ്ത്രത്തിന്റെ പശ്ചാത്തലത്തിൽ ഈ പദം ഒരു പുനർവ്യാഖ്യാനത്തിന് വിധേയമാക്കേണ്ടതുണ്ട്. വിമോചനദൈവശാസ്ത്രത്തിന്റെ പ്രചാരകൻ ചൂഷണത്തിനെതിരായ പോരാട്ടത്തിൽ സദാ വ്യാപരിക്കേണ്ടതുണ്ട്. ഖുർ–ആൻ വളരെ വ്യക്തമായി നിർദേശിക്കുന്നു: അന്യായത്തിന്റെ തേർവാഴ്ച അവസാനിക്കുന്നതുവരേയും അവരോട് എതിരിടുക. മഹത്വം അല്ലാഹുവിന്റേതാണ്. അവരുടെ പ്രവർത്തനങ്ങൾ അല്ലാഹു ശരിക്കും നോക്കിക്കാണുന്നുണ്ട്. മനുഷ്യൻ മനുഷ്യനെ ചൂഷണം ചെയ്യാത്ത ഒരു സമൂഹസൃഷ്ടിയാണ്

അല്ലാഹു ലക്ഷ്യമാക്കുന്നതെന്ന് ഈ ഭാഗം വ്യക്തമാക്കുന്നു. ഈ ദൈവികോദ്ദേശ്യം സഫലമാക്കുന്നതുവരെ അതിനായുള്ള പോരാട്ടത്തിൽ ഏർപ്പെടുക എന്നത് ഓരോ വിശ്വാസിയുടേയും കർത്തവ്യമാകുന്നു.

മറ്റുള്ളവർ പീഡനങ്ങൾക്കിരയാകുമ്പോൾ കൈയുംകെട്ടി നോക്കിയിരിക്കുന്നതിനെ ഖുർ-ആൻ അംഗീകരിക്കുന്നില്ല. മനുഷ്യരിലെ ദുർബലർക്കുവേണ്ടിയെന്നപോലെ സ്ത്രീകളും കുട്ടികളും അടങ്ങുന്ന അവഗണന അനുഭവിക്കുന്നവർക്കുവേണ്ടിയും നിങ്ങളെന്തുകൊണ്ട് പോരാടുന്നില്ല? ദൈവമേ ഈ ചൂഷണത്തിൽനിന്നു തങ്ങളെ മോചിപ്പിച്ചാലും, ഇവിടുത്തെ ജനങ്ങൾ മർദകന്മാരാണ്. നിന്റെ സാന്നിധ്യം കൊണ്ട് ഞങ്ങളെ സംരക്ഷിച്ചാലും. ഞങ്ങൾക്ക് പ്രതിരോധമായി നീ വർത്തിച്ചാലും. ഇതാണ് ഖുർ-ആൻ മുന്നോട്ടുവയ്ക്കുന്ന പ്രാർഥന. ഖുർ-ആൻ വിശ്വാസികളിൽ നിന്നാവശ്യപ്പെടുന്നത് ദുർബലരുടേയും പീഡിതരുടേയും മോചനത്തിനായി പോരാടുക എന്നതാണ്. പ്രവാചക സന്തതികളായിരുന്നാൽപ്പോലും മർദനസ്വഭാവം വെച്ചുപുലർത്തുന്നവരെ നേതൃത്വം ഏൽപ്പിക്കുന്നതിനെ ഖുർ-ആൻ വിലക്കുന്നു. അല്ലാഹു പ്രവാചകനായ ഇബ്രാഹിമിനെ ജനതയുടെ നായകനായി നിയമിക്കുന്നു. തന്റെ സന്തതികളിൽ നിന്നും നായകന്മാരെ എഴുന്നേൽപ്പിക്കണമെന്ന അബ്രഹാമിന്റെ അഭ്യർഥനക്ക് അല്ലാഹു നൽകുന്ന മറുപടി, അവരിൽ അതിക്രമികളല്ലാത്തവർക്ക് മാത്രം നായക പദവി ലഭിക്കും എന്നായിരുന്നു.

ചൂഷണത്തിൽനിന്നും അടിച്ചമർത്തലിൽനിന്നുമുള്ള മോചനമാണ് ഖുർ-ആൻ ഉന്നയിക്കുന്ന മുഖ്യപ്രശ്നം. ഇസ്ലാമികമായ ഒരു വിമോചന ദൈവശാസ്ത്രം ഖുർ-ആനിലെ ഇത്തരം പരാമർശങ്ങളിൽനിന്നാണ് ഉരുത്തിരിഞ്ഞുവരുന്നത്. നാവുകൊണ്ട് വിശ്വാസപ്രഖ്യാപനം നടത്തുന്നതുകൊണ്ട് മാത്രം ഒരുവൻ വിശ്വാസിയാകുന്നില്ല. വിശ്വാസത്തിന്റെ പ്രയോഗമാണ് വിമോചനത്തിനായുള്ള പോരാട്ടം.

ജിഹാദിന്റെ ശരിയായരൂപം മർദകന്റെ മുഖത്തുനോക്കി സത്യം ഉദ്ഘോഷിക്കുന്നതാണെന്നും പ്രവാചകപാരമ്പര്യം അനുശാസിക്കുന്നു. ഇന്ന് ഭൂരിഭാഗം ഇസ്ലാമിക് രാജ്യങ്ങളും മൂന്നാംലോക രാജ്യങ്ങളിലുൾപ്പെട്ടവയാണ്. സാമ്രാജ്യത്വശക്തികളുടെ ചൂഷണത്തിൽനിന്ന് ഇവ മുക്തമല്ല. പലസ്തീനിലേയും ഇറാനിലേയും ഇതുപോലുള്ള മറ്റുരാജ്യങ്ങളിലേയും പോരാട്ടത്തെ ഈ പശ്ചാത്തലത്തിൽ വേണം നമ്മൾ കാണാൻ.

വിമോചനദൈവശാസ്ത്രം സർവമുസ്ലീങ്ങളേയും ആഹ്വാനം ചെയ്യുന്നത് ചൂഷകന്മാരും മർദകരുമായ ഭരണാധികാരികൾ രാജ്യത്തിനുള്ളിലുള്ളവരായാലും പുറത്തുനിന്നുള്ളവരായാലും അവർക്കെതിരെ പോരാട്ടം നടത്താനാണ്. ഈ പോരാട്ടം ശക്തിപ്പെടുത്തുന്നതിന് സാമ്രാജ്യത്വവിരുദ്ധ ശക്തികളുമായി ഓരോ മുസൽമാനും കൈകോർത്തുപിടിക്കേണ്ടതുണ്ട്.

സാമൂഹ്യരംഗത്തെ സംഭവവികാസങ്ങളെ സൂക്ഷ്മനിരീക്ഷണത്തിന് വിധേയമാക്കുന്ന ഒരാൾക്ക് എളുപ്പം ബോധ്യപ്പെടുന്ന ഒരു കാര്യമുണ്ട്.

ആയിരിക്കുന്നതും ആയിരിക്കേണ്ടതും തമ്മിൽ (Real and the possible) നിരന്തരമായ സംഘർഷം നടക്കുന്നുണ്ട്. പരമ്പരാഗത ദൈവശാസ്ത്രം ഈ സംഘർഷത്തെ സമരസപ്പെടുത്തുവാനും ആയിരിക്കുന്നതിന് കീഴടങ്ങി ജീവിക്കാനും ആളുകളെ പ്രേരിപ്പിക്കുമ്പോൾ വിമോചന ദൈവശാസ്ത്രം ഈ സംഘർഷത്തെ തീവ്രമാക്കി, ആയിരിക്കുന്ന അവസ്ഥയെ മറികടന്ന് ആയിരിക്കേണ്ട അവസ്ഥയിലേക്കുള്ള പ്രയാണത്തിന് ആക്കം കൂട്ടുന്നു. വർധിച്ചതോതിൽ സ്വാതന്ത്ര്യം, സാമ്പത്തിക ചൂഷണങ്ങൾക്കറുതിവരുത്തൽ, സമ്പത്തിന്റെ നീതിപൂർവമായ വിതരണം, ജനങ്ങളുടെ പ്രാഥമിക ആവശ്യങ്ങൾ നിറവേറ്റുന്നതിന് പര്യാപ്തമായ സ്ഥാപനങ്ങൾ സ്ഥാപിക്കൽ, സ്ഥാപിത താൽപ്പര്യങ്ങളെ എതിർക്കൽ തുടങ്ങി മാനവികതയുടെ പുരോഗതിക്കാവശ്യമായ എല്ലാ സാഹചര്യങ്ങളും ഒരുക്കുക എന്നതാണ് വിമോചനദൈവശാസ്ത്രം ആയിരിക്കുന്നതിന്റെയെല്ലാം ആയിരിക്കേണ്ടതിന്റെയും ദൈവശാസ്ത്രമാണ്.

വിമോചനദൈവശാസ്ത്രം മാനവരാശിയുടെ ഐക്യത്തിനുവേണ്ടി നിലകൊള്ളുന്നതിനാൽ ദേശം, ജാതി, മത, വംശഭേദങ്ങളെ ആസ്പദമാക്കിയുള്ള സർവചേരിതിരിവുകൾക്കും എതിരാണ്. മതഭേദത്തെ ആസ്പദമാക്കിയുള്ള വേർതിരിവുപോലും സൂക്ഷ്മവിശകലനത്തിൽ, അടിസ്ഥാനരഹിതമാണെന്നു ബോധ്യപ്പെടും. ഓരോ ജനതയ്ക്കും പ്രത്യേകം ദിവ്യഅരുളപ്പാടും ആരാധനാരീതികളും നിർദേശിച്ചിട്ടുണ്ട്. അവൻ നിങ്ങളെ ഒരു ജനതയാക്കിയിരിക്കുന്നു. അനുഷ്ഠാനങ്ങളിലല്ല അന്യോന്യം നന്മപ്രവർത്തിച്ചുകൊണ്ട് സഹവർത്തിക്കുവാനാണ് വിമോചനദൈവശാസ്ത്രം ആഹ്വാനം ചെയ്യുന്നത്. ഖുർ-ആന്റെ അനുശാസനങ്ങളിൽ നീതിക്കു നൽകുന്ന പ്രാധാന്യത്തെ അതുയർത്തിക്കാട്ടുന്നു. വിശ്വാസികളെ സംബോധന ചെയ്തുകൊണ്ട് ഖുർ-ആൻ പറയുന്നു.

> സത്യവിശ്വാസം സ്വീകരിക്കുകയും സൽക്കർമം കൈകൊള്ളുകയും ചെയ്തവർക്ക് പാപമോചനവും മഹത്തായ പ്രതിഫലവുമുണ്ടെന്ന് അല്ലാഹു അതാ വാഗ്ദാനം ചെയ്തിരിക്കുന്നു.

അല്ലാഹുവിന്റെ സാക്ഷികളാകാൻ നീതിയെ മുറുകെപ്പിടിക്കുവാൻ ഖുർ-ആൻ നിർദേശിക്കുന്നു. അത് നിങ്ങളുടെയോ നിങ്ങളുടെ മാതാപിതാക്കളുടെയോ ബന്ധുക്കളുടെതന്നെയോ താൽപ്പര്യത്തിനെതിരായിരുന്നാലും നിങ്ങൾ നീതി പ്രവർത്തിക്കേണ്ടതുണ്ട്. അല്ലാഹു നിങ്ങളുടെ പ്രവൃത്തികളെക്കുറിച്ചെല്ലാം സൂക്ഷ്മജ്ഞാനമുള്ളവനാകുന്നു.

ഇസ്ലാമിക വിമോചന ദൈവശാസ്ത്രത്തിലെ മുഖ്യഅംശം നീതിയാണെന്നുവരുന്നു. സ്വന്തം താൽപ്പര്യത്തിനോ ബന്ധുമിത്രാദികളുടെ താൽപ്പര്യത്തിനോ വേണ്ടിയാണെങ്കിൽ പോലും നീതി ലംഘിക്കപ്പെടരുത്. വികാരങ്ങളാൽ നയിക്കപ്പെടരുത്. അത് അടിച്ചമർത്തലിലേക്ക് നയിക്കും. പരമ്പരാഗത ദൈവശാസ്ത്രജ്ഞന്മാർ ചെയ്തിരുന്നത് ആളുകളുടെ ചിന്തയെ അതിഭൗതിക കാര്യങ്ങളിൽ തളച്ചിട്ട് ഭൗതിക വിഷയ

ങ്ങളിൽ നിന്ന് അകറ്റി നിറുത്തുകയായിരുന്നു. എന്നാൽ വിമോചന ദൈവ ശാസ്ത്രമാകട്ടെ നീതിയുക്തമായ ഇഹലോകജീവിതത്തിന് പ്രാധാന്യം നൽകുകയും ദുർബല വിഭാഗങ്ങളുടെ അഥവാ അടിച്ചമർത്തപ്പെട്ടവരുടെ സ്വാതന്ത്ര്യപ്രാപ്തി ലക്ഷ്യമാക്കുകയും അതിനായി പ്രവർത്തിക്കുകയും ചെയ്യുന്നു. വർഗരഹിത സമൂഹം എന്ന ലക്ഷ്യം കൈവരിക്കുകയാണ തിന്റെ ഉദ്ദേശ്യം.

ആധുനിക ലോകത്തിന്റെ പ്രശ്നങ്ങളുടെ നേരെ മുഖം തിരിച്ച് നിൽക്കുകയും ആക്രമണത്തിനും ചൂഷണത്തിനും കൂട്ടുനിൽക്കുകയും ചെയ്യുന്ന മതപാരമ്പര്യത്തിനെതിരെ വിമോചന ദൈവശാസ്ത്രം സന്ധി യില്ലാത്ത സമരം പ്രഖ്യാപിച്ചിരിക്കുന്നു.

6

ഇസ്ലാമും സ്ത്രീവിമോചനവും

ഇസ്ലാം സ്ത്രീകളോട് നീതി പുലർത്തുന്നില്ലെന്ന വിമർശനം നിലവിലുണ്ട്. ശരീ-അത്ത് എന്നറിയപ്പെടുന്ന ഇസ്ലാമിക്ക് നിയമസംഹിത സ്ത്രീപുരുഷ സമത്വത്തിനെതിരുനിൽക്കുന്നുവെന്നാണ് പലരുടേയും ധാരണ. ഈ ധാരണ ഭാഗികമായി ശരിയും ഭാഗികമായി തെറ്റുമാണ്. ഇന്നു നിലവിലുള്ള ശരീ-അത്ത് നിയമങ്ങളെ കണക്കിലെടുക്കുമ്പോൾ ഇതു ശരിയാണ്. എന്നാൽ പരിശുദ്ധ ഖുർ-ആന്റെ ഉദ്ദേശ്യലക്ഷ്യങ്ങൾ കണക്കിലെടുക്കുമ്പോൾ ഇതു തെറ്റുമാണ്. ഇസ്ലാമിക ചരിത്രത്തിന്റെ രണ്ടും മൂന്നും ശതകങ്ങളിലാണ് ഇന്നത്തെ ശരീ-അത്ത് നിയമങ്ങൾ രൂപപ്പെടുന്നത്. സ്ത്രീ പുരുഷബന്ധത്തിൽ പ്രകടമായ സ്ത്രീവിരുദ്ധത പ്രത്യക്ഷമായിരുന്ന ഒരു കാലഘട്ടമായിരുന്നു അത്. ഇന്ന് സ്ഥിതി അതല്ല. ഖുർ-ആൻ വചനങ്ങളെ അന്നത്തെ കാലഘട്ടത്തിനു അനുരൂപമായ തരത്തിൽ വ്യാഖ്യാനിച്ചതിൽ നിന്നും രൂപപ്പെട്ടതാണ് ശരീ-അത്തിൽ പ്രകടമായിരിക്കുന്ന സ്ത്രീ വിരുദ്ധത.

വിശുദ്ധ ലിഖിതങ്ങളിലെ നിർദേശങ്ങൾ അവയുടെ ആവിർഭാവ ഘട്ടത്തിലെ സാമൂഹ്യധാർമിക ചിന്തകളുടെ പരിഷ്കരണങ്ങളെന്ന നിലയിലാണ് മനസിലാക്കേണ്ടത്. വിശുദ്ധലിഖിതങ്ങൾ ഒരേ സമയം രണ്ടുകാര്യങ്ങൾ നിറവേറ്റുന്നു. ഒരു നിശ്ചിതസാഹചര്യത്തെ പ്രതിഫലിപ്പിക്കുന്നു എന്നത് ഒന്ന്. രണ്ട്, ആ സാഹചര്യത്തെ കൂടുതൽ വിശിഷ്ടമാക്കി മാറ്റുക എന്നത്. വിശുദ്ധലിഖിതങ്ങൾ നിറവേറ്റുന്ന ഈ രണ്ടാമത്തെ ഘടകത്തിന് ഊന്നൽ നൽകിക്കൊണ്ട് അവയെ വ്യാഖ്യാനിച്ചാൽ മാത്രമേ സാമൂഹ്യ പുരോഗതിയുമായി അതിനെ കണ്ണിചേർക്കാൻ കഴിയൂ. ഏതെങ്കിലും ഒരു പ്രത്യേകസാഹചര്യത്തെ പ്രതിഫലിപ്പിക്കുവാൻ വേണ്ടിമാത്രം ഒരു തിരുവെഴുത്തും ആവിർഭവിച്ചിട്ടില്ല. അവ ആവിർഭവിച്ച കാലത്തെ അനാചാരങ്ങളെയും അനീതിയെയും എതിർക്കുന്നതോടൊപ്പം അക്കാലത്തെ

കൂടുതൽ വിശിഷ്ടമായ അവസ്ഥയിലേക്കാനയിക്കാനുമുള്ള പ്രത്യക്ഷമോ പരോക്ഷമോ ആയ ആഹ്വാനം എല്ലാ തിരുവെഴുത്തുകളിലും നമുക്ക് കാണാൻ കഴിയും. ഇത്തരം ആഹ്വാനങ്ങളിൽ നിന്നാണ് പുതിയ മതദർശനങ്ങൾ തന്നെ രൂപപ്പെടുന്നത്. അവ സ്വീകരിക്കുന്നവർ പുതിയ വിശ്വാസങ്ങൾക്കും പുതിയ മതസംഘടനകൾക്കുതന്നെയും രൂപം നൽകുന്നു. ലോകമതസംഘടനകളുടെ ചരിത്രം പരിശോധിച്ചാൽ ഈ വസ്തുത വെളിപ്പെടും. ഇങ്ങനെ രൂപപ്പെടുന്ന നിഗമനങ്ങളെ സ്വതന്ത്രമായി വളരാൻ സ്ഥാപിത താൽപ്പര്യങ്ങൾ അനുവദിക്കാറില്ല. അവർ മതങ്ങൾക്കെതിരെ ബലപ്രയോഗത്തിനു തന്നെ മുതിരും. അതുകൊണ്ടു പ്രയോജനമില്ലെന്നു മനസിലാകുമ്പോൾ പുതിയമതത്തിൽ നുഴഞ്ഞു കയറി, അതിനെ മൊത്തത്തിൽ തട്ടിയെടുത്തു സ്വന്തം പരിധിക്കുള്ളിൽ നിറുത്താനുള്ള ശ്രമം നടത്തും. ഈ ശ്രമത്തിനു പല വഴികളും അവർ അവലംബിക്കും. യാഥാസ്ഥിതിക ശക്തികൾ നടത്താറുള്ള ഇത്തരം ചില മാർഗങ്ങളെ നമുക്കൊന്നു വിശകലനം ചെയ്യാം. പ്രധാനമായ മൂന്നു മാർഗങ്ങളിലൂടെയാണിതും സംഭവിക്കുന്നത്.

രാഷ്ട്രീയാധികാരത്തിനു മതത്തെ വിധേയമാക്കുകയും, തദ്വാരാ മതത്തിന്റെ തുടക്കത്തിലുണ്ടായിരുന്ന വിപ്ലവപരിവേഷം നഷ്ടപ്പെടുത്തുകയും ചെയ്യുന്നു എന്നതാണ് ഇതിലാദ്യത്തേത്. ഇതു സംഭവിച്ചുകഴിയുന്നതോടെ തങ്ങളാദ്യം പല്ലും നഖവും ഉപയോഗിച്ച് എതിർത്തിരുന്ന മതം ഭരണാധികാരിവർഗത്തിന്റെ ഉറ്റമിത്രമായി മാറുന്നു.

മതത്തെ തന്നെ ഒരു അധികാരസ്ഥാപനമായി രൂപാന്തരപ്പെടുത്തുക എന്നതാണ് രണ്ടാമത്തെ മാർഗം. അതോടെ മതത്തിനുള്ളിൽ ഒരു അധികാരകേന്ദ്രം രൂപപ്പെടുന്നു. ആത്മീയ ഔന്നത്യം എന്നതിനേക്കാളേറെ അധികാരത്തിന്റെ പങ്കുവയ്ക്കലിലാകുന്നു ഇത്തരത്തിൽ സ്ഥാപനവൽക്കരിക്കപ്പെട്ട മതത്തിന്റെ ശ്രദ്ധ.

മതത്തിന്റെ അടിസ്ഥാന തത്വങ്ങളായി നിലകൊള്ളുന്ന വിശുദ്ധലിഖിതങ്ങളെ പ്രതിലോമ താൽപ്പര്യങ്ങൾക്കനുകൂലമായി വ്യാഖ്യാനിച്ചുറപ്പിക്കാൻ കെൽപ്പുള്ള ബുദ്ധിപരമായ നേതൃത്വത്തെ വളർത്തിക്കൊണ്ടുവരികയാണ് മൂന്നാമത്തെ തന്ത്രം. ഇതിൽ വിജയം വരിക്കുന്ന മതസ്ഥാപനങ്ങളുടെ നേതൃത്വത്തിനു വിധേയപ്പെടുന്ന വിശ്വാസികൾ ആത്മീയ ഔന്നത്യം എന്ന അടിസ്ഥാന ലക്ഷ്യത്തിൽ നിന്നും വ്യതിചലിച്ച് അനുസരണയുള്ള കുഞ്ഞാടുകളായി നേതൃത്വ താൽപ്പര്യങ്ങളെ സേവിക്കുന്നതിനു നിർബന്ധിതരായിത്തീരുന്നു. മതമൗലികതാവാദത്തിനും യാഥാസ്ഥിതികതക്കും അനുകൂലമായ ഒരു ദൈവശാസ്ത്രം തന്നെ പിറവി എടുക്കുന്നു. വിശുദ്ധലിഖിതങ്ങളിലെ പ്രബോധനങ്ങളുടെ ശരിയായ അർഥവും ഇവയെ കേന്ദ്രീകരിച്ചു പിൽക്കാലത്തു വളർന്നു വന്ന ദൈവശാസ്ത്രപ്രഖ്യാപനങ്ങളും തമ്മിലുള്ള വ്യത്യാസം മനസിലാക്കാതെ ശരിയായ മതപഠനം സാധ്യമാകുകയില്ല.

തിരുവെഴുത്തുകൾ അഥവാ വിശുദ്ധലിഖിതങ്ങൾ ദൈവികമായ

പ്രേരണകളിൽ നിന്ന് പിറവിയെടുത്തവയാണ്. അവയുടെ ലക്ഷ്യം മനുഷ്യന്റെ ആത്മീയമായ ഉൽക്കർഷമാണ്. തിയോളജിക്കൽ അഥവാ ദൈവശാസ്ത്രപരമെന്നു വിശേഷിപ്പിക്കപ്പെടുന്ന വ്യാഖ്യാനങ്ങൾ മാനുഷികമായ പ്രേരണകളുടെ സൃഷ്ടിയും അതുകൊണ്ടുതന്നെ ഭരണവർഗതാൽപ്പര്യങ്ങളുടെ ഉപകരണങ്ങളും ആവുക എളുപ്പമാണ്. അതിനെതിരായ പ്രതിരോധ ശ്രമമാണ് തിയോളജിക്കൽ വിശദീകരണങ്ങളെ വിശുദ്ധലിഖിതങ്ങളുപയോഗിച്ച് തന്നെ വിമർശനവിധേയമാക്കുക എന്നത്.

വിശുദ്ധലിഖിതങ്ങൾ അവയുടെ അതീന്ദ്രിയജ്ഞാന സ്വഭാവം കൊണ്ടുതന്നെ കാലഘട്ടത്തിന്റെ വെല്ലുവിളികളെ അതിജീവിക്കുവാൻ പര്യാപ്തമാണ്. എന്നാൽ തിയോളജിക്കൽ വിശദീകരണങ്ങളുടെ സ്ഥിതി ഇതല്ല. അതു കാലത്തിന്റെ കടന്നാക്രമണങ്ങളുടെ മുമ്പിൽ നീർക്കുമിളകൾ പോലെ തകർന്നു പോകുന്നവയാണ്. കാലോചിതമായ മാറ്റങ്ങൾക്ക് അവ വിധേയപ്പെടേണ്ടിയിരിക്കുന്നു.

വിശുദ്ധലിഖിതങ്ങളെ ദൈവശാസ്ത്ര ഡോഗ്മ (Do gma) കളിൽ നിന്നും വിമോചിപ്പിക്കുന്ന വിമോചന ദൈവശാസ്ത്ര പദ്ധതിയെന്നു മേൽപ്പറഞ്ഞ പ്രതിരോധശ്രമങ്ങളെ വിശേഷിപ്പിക്കാവുന്നതാണ്. തങ്ങൾ കയ്യടക്കിവെച്ചിരിക്കുന്ന പദവിക്കും പ്രമാണിത്തത്തിനും, ഇളക്കം തട്ടുമെന്നുള്ള ഭയം നിമിത്തമാണ് ചിലർ വിമോചന ദൈവശാസ്ത്രപദ്ധതിയെ എതിർക്കുന്നത്. ഇവരുടെ ലക്ഷ്യം മതവിശ്വാസികളുടെ ആത്മീയ ഉൽകൃഷ്ടതയല്ല. മറിച്ച് സ്വന്തം താൽപ്പര്യസംരക്ഷണത്തിനുള്ള ഒരു ഉപകരണം എന്ന നിലയിൽ മതത്തെ ഉപയോഗിക്കുക മാത്രമാണ്. ഇവരുടെ മുൻനിരയിൽ വർത്തിക്കുന്നത് പ്രബലമായ ഒരു പുരോഹിതശ്രേണി ആയിരിക്കും. വിശുദ്ധലിഖിതങ്ങളുമായി നേരിട്ടുള്ള സംസർഗത്തിൽനിന്നും സാധാരണവിശ്വാസികളെ കഴിയുന്നത്ര അകറ്റിനിർത്തുക എന്നത് ഈ കൂട്ടരുടെ ഒരു പ്രധാനതന്ത്രമാണ്. തങ്ങളുടെ വ്യാഖ്യാനങ്ങളും വിശകലനങ്ങളും വിശുദ്ധലിഖിതങ്ങളിൽ നിന്ന് അണുവിട തെറ്റാത്തതാണെന്ന് അവർ വിശ്വാസികളെ പറഞ്ഞു പഠിപ്പിക്കുന്നു. തങ്ങൾക്കെതിരായി ഉയരുന്ന വിമർശനങ്ങൾ വിശുദ്ധലിഖിതങ്ങൾക്കെതിരായുള്ള ആക്രമണമായി അവർ ചിത്രീകരിക്കുന്നു. ഈ കളിയിൽ പലപ്പോഴും ഇവർ വിജയം നേടുന്നു. അതിനതിന് മതാന്ധതയുടെയും യാഥാസ്ഥിതിക പ്രതിലോമ ശക്തികളുടെയും താവളങ്ങളായി മതം രൂപാന്തരപ്പെടുന്നു.

ശരീഅത്ത് എന്നാൽ ദൈവികവും, അതുകൊണ്ടുതന്നെ വിമർശനങ്ങൾക്കും, തിരുത്തലുകൾക്കും അതീതവും ആണെന്ന ധാരണയാണ് മിക്കവർക്കും ഉള്ളത്. സ്ത്രീ പുരുഷബന്ധത്തിൽ തുല്യനീതി നടപ്പിലാക്കണമെന്നാരെങ്കിലും, വാദിച്ചാൽ, മതവിശ്വാസികൾ അതിനെ നേരിടുന്നത് മേൽപ്പറഞ്ഞ സ്ഥിരം പല്ലവി ആവർത്തിച്ച് കൊണ്ടായിരിക്കും. പരിശുദ്ധ ഖുർ–ആനെ അടിസ്ഥാനപ്പെടുത്തി ദൈവികനിയമങ്ങളെ മനസിലാക്കാൻ മനുഷ്യൻ നടത്തിയ ശ്രമത്തിൽനിന്നാണ് ശരീഅത്ത് രൂപ

പ്പെടുന്നത്. ദൈവികനിയമം എന്നതും അതിനെ മനസിലാക്കാനുള്ള മാനുഷികശ്രമവും എന്നതും രണ്ടാണ്. അതായത്, ദൈവികനിയമവും മനുഷ്യനിർമിത ശരീഅത്തും രണ്ടാണെന്നു സ്പഷ്ടം.

മതത്തിനുള്ളിലെ പൗരോഹിത്യശ്രേണി ശരീ-അത്ത് എന്നാൽ ദൈവികവെളിപ്പെടുത്തൽ തന്നെയാണെന്നും അതിൽ മാറ്റങ്ങൾ അനുവദനീയം അല്ലെന്നും ശഠിക്കുന്നു. ഫലമോ ഇസ്ലാമിന്റെ ആവിർഭാവകാലത്തു സ്ത്രീകൾക്കുണ്ടായിരുന്ന അവകാശങ്ങൾ സർവകാലികമായും, സാർവലൗകികമായും അംഗീകരിക്കപ്പെടണമെന്ന വാദത്തിൽ ഉറച്ചുനിൽക്കുന്നു. ഇത് കാലത്തിലൂടെയുള്ള ദൈവിക വെളിപാടിനെതിരായുള്ള അതിക്രമവും അതിനാൽ തന്നെ ഒരു പാപവും ആകുന്നു.

വിശുദ്ധ ഖുർ-ആനിലെ വെളിപ്പെടുത്തലുകളും ശരീഅത്ത് പ്രഖ്യാപനങ്ങളും തമ്മിൽ ഒരു വലിയ വിടവും സംജാതമായിട്ടുണ്ട്. പുരുഷവാഴ്ചാസമൂഹങ്ങളിൽ സ്ത്രീ പുരുഷന്റെ കേവലം ഒരു അനുബന്ധം മാത്രമായിരുന്നു. പുരുഷനെ അപേക്ഷിച്ചു താഴെക്കിടയിൽ മാത്രമാണ് സ്ത്രീക്കു നൽകപ്പെട്ടിരിക്കുന്ന സ്ഥാനം. ഖുർ-ആൻ സ്ത്രീക്കു നൽകിയിരുന്ന സ്ഥാനവും, അവകാശങ്ങളും അവയ്ക്കു നൽകിയിരിക്കുന്ന നിർവചനങ്ങളും തികച്ചും കാലികമായ ഒരു സാമൂഹ്യകാഴ്ചപ്പാടിൽ നിന്നുകൊണ്ടായിരുന്നു. ഇതു കാണാതെയോ കണ്ടില്ലെന്നു നടിച്ചോ ആയിരുന്നു ശരീഅത്ത് ഇവയെ ഉൾക്കൊണ്ടത്.

ശരീ-അത്ത് നിയമങ്ങളിൽ ആവശ്യമായ മാറ്റങ്ങൾ വരുത്തണമെന്നുണ്ടെങ്കിൽ ഇസ്ലാമിക് നിയമവ്യവസ്ഥയുടെ രീതിശാസ്ത്രത്തെക്കുറിച്ചു ചില പ്രാഥമിക അറിവ് ആർജിക്കേണ്ടതുണ്ട്. ശരീഅത്ത് എന്ന വാക്കുകൊണ്ട് എന്താണർഥമാക്കുന്നത്. വിശുദ്ധ ഖുർആൻ എന്ന ദൈവിക വെളിപാടിനോടുള്ള മാനുഷികമായ സമീപനം എന്നാണത്രേ. ഇതിനു സാർവത്രികമായ ഒരു ഐക്യരൂപം ഇനിയും ഉണ്ടായിട്ടില്ല. ഇസ്ലാമിലെ സുന്നിവിഭാഗത്തിൽതന്നെ, നാലു വ്യത്യസ്തമായ മതനിയമ തത്വസംഹിതകൾ നിലവിലുള്ളതായിക്കാണാം.

സുന്നി ഇസ്ലാം, ഖുർ-ആനു പുറമെ, പ്രവാചകചര്യകളേയും പിന്തുടരുന്നു. 'സുന്നറ' എന്നാൽ പ്രവാചകന്റെ വാക്കുകളും പ്രവൃത്തികളും ഇവയ്ക്കുപുറമെ പ്രവാചകചര്യകളോട് സാദൃശ്യമുള്ള 'ഇജ്മ' (പ്രവാചകബോധം) ഇവയും സുന്നി സമ്പ്രദായത്തിന്റെ അടിത്തറയത്രെ. ഇവയിൽ ഖുർ-ആൻ ഒഴികെയുള്ള മറ്റു നാലുസ്രോതസ്സുകളും എക്കാലത്തും വിവാദങ്ങൾക്ക് വിഷയമായിട്ടുണ്ട്. അഹാദിസ് അഥവാ പ്രവാചകമൊഴികളുടെ കാര്യത്തിൽ തന്നെ അഭിപ്രായവ്യത്യാസങ്ങളുണ്ട്. ചിലർ ചില പ്രവാചകമൊഴികളെ സ്വീകരിക്കുമ്പോൾ ചിലരതിനെ തള്ളിക്കളയുന്നു. ഇതുതന്നെയാണ് മേൽപ്പറഞ്ഞ നാലുവ്യത്യസ്ത ഘടകങ്ങളുടേയും കാര്യം. ഒരു വിഭാഗം സ്വീകരിക്കുന്നവയെ മറ്റൊരുവിഭാഗം തള്ളിക്കളയുന്നു.

ശരീഅത്തിന് അടിസ്ഥാനമായിരിക്കുന്ന അന്തർധാരകളിൽ ഐക്യം കുറിച്ചു പൊതുവിൽ നിലവിലുള്ളത് ഖുർ-ആൻ മാത്രമാണ്. സുന്നാ,

ഖിയാബ്, ഇജ്മാ്ട്ട് ഇവ മുന്തിയ വിവാദസ്വഭാവങ്ങളായിരുന്നിട്ടുണ്ട്. പ്രവാചകവചനങ്ങൾ അതായത് 'അഹാദിസ' പൂർണമായും സ്വീകാര്യമാണോ എന്ന കാര്യത്തിലും അഭിപ്രായ വ്യത്യാസമുണ്ട്. ചിലരതിനെ ദൈവിക വെളിപ്പെടുത്തലായി സ്വീകരിക്കുമ്പോൾ മറ്റുചിലർ അതിനെ മാനുഷികമായ നടപടികൾ എന്ന നിലയിൽ മാറ്റിനിർത്തുന്നു.

ശരീഅത്ത് നിയമശാസ്ത്രം അടിസ്ഥാനമാക്കിയിരിക്കുന്നത് പ്രധാനമായും ഖുർ-ആനേയും നബിവചനങ്ങളേയും നബിവചനങ്ങളെന്ന് ഇമാമുകൾ സാക്ഷ്യപ്പെടുത്തിയിരിക്കുന്ന വിവരങ്ങളെയുമാണ്.

ഇമാമുകൾ എന്നാൽ പ്രവാചകന്റെ പുത്രി ഹസ്രത്ത് ഫാത്തിമയുടെയും അവരുടെ ഭർത്താവ് അലിയുടെയും പുരുഷ സന്താനപരമ്പരകളാണ് എന്നും ഇവരുടെ ഖുർ-ആൻ വ്യാഖ്യാനങ്ങൾ മാത്രമാണ് ശരിയായ വ്യാഖ്യാനങ്ങളെന്നും മറ്റുള്ളവയെല്ലാം തെറ്റാണെന്നും കരുതുന്നവരാണ് ഷിയാവിഭാഗത്തിൽപ്പെട്ട മുസ്ലീങ്ങൾ. അതുപോലെ തന്നെ ഇമാമുകളുടെ എണ്ണത്തിന്റെ കാര്യത്തിലും അഭിപ്രായവ്യത്യാസമുണ്ട്. ഇമാമുകളുടെ ശരിയായ പ്രാതിനിധ്യം തങ്ങൾക്കാണെന്ന് അവകാശപ്പെടുകയും മറിച്ചവകാശപ്പെടുന്നവരെ തള്ളിപ്പറയുകയും ചെയ്യുന്ന ഒട്ടേറെ വ്യത്യസ്ത വിഭാഗങ്ങളുണ്ട്.

ഇങ്ങനെ നോക്കുമ്പോൾ ശരീഅത്ത് പരിവർത്തനവിധേയമല്ലെന്നുള്ള അവകാശവാദത്തിനു നിലനിൽപ്പില്ലെന്നു വരുന്നു. ഖുർ-ആൻ ദൈവിക വെളിപാടും അതുകൊണ്ടുതന്നെ പരിവർത്തന വിധേയമല്ലെന്നുമുള്ള നിലപാട് അംഗീകരിക്കുമ്പോൾ തന്നെ ഖുർ-ആന്റെ വ്യാഖ്യനങ്ങൾ മാനുഷികവും, അതുകൊണ്ടുതന്നെ പരിവർത്തന്നവിധേയവുമാണെന്ന് സമ്മതിക്കേണ്ടിവരും.

മധ്യകാലഘട്ടത്തിൽ സ്ത്രീകളുടെ അവകാശങ്ങളെന്ന നിലയിൽ ശരീഅത്ത് ഉയർത്തിപ്പിടിച്ചിരുന്നവ പിൽക്കാലത്തു മാററപ്പെട്ടേ മതിയാകൂ. അതുപോലെ തന്നെ മനുഷ്യനീതിയെ സംബന്ധിച്ച കാഴ്ചപ്പാടിനും കാലാകാലങ്ങളിൽ മാറ്റം സംഭവിച്ചിട്ടുണ്ട്.

ശരീഅത്ത് നിയമങ്ങളുടെ പ്രധാന സ്രോതസ്സുകൾ ഹദീസ് അഥവാ സുന്നികളാണ്. മുകളിൽ പരാമർശിച്ചതുപോലെ ഒന്നും ഒരിക്കലും വിവാദമുക്തങ്ങളായിരുന്നിട്ടില്ല. പ്രധാനമായും രണ്ടുതരത്തിലുള്ള വിവാദങ്ങളാണ് ഇതേക്കുറിച്ച് നടന്നിട്ടുള്ളത്. 'ഹദീസ്' ദൈവികവിളിപ്പാടുകളാണോ മാനുഷികമായ കണ്ടെത്തലുകളാണോ എന്നതാണ് ഇവയിൽ ആദ്യത്തേത്. രണ്ടാമത്തേത് ഇവയുടെ വിശ്വസനീയതയെക്കുറിച്ചാണ്. ഇവയിൽ പല പിൽക്കാല കൂട്ടിച്ചേർക്കലുകളും നടന്നിരിക്കാം എന്ന അനുമാനം വളരെ ശക്തമാണ്. ഹനഫി ചിന്താപദ്ധതിയുടെ ഉപജ്ഞാതാവായിരുന്ന ഇമാം അബുഹനീഫ കേവലം 17 ഹദീസ്സുകളെ മാത്രമാണ് ആധികാരികങ്ങളായി എണ്ണിയിരിക്കുന്നത്. എന്നാൽ അദ്ദേഹം തന്നെ ചമച്ച നിയമ വ്യാഖ്യാനങ്ങളിൽ തള്ളിക്കളഞ്ഞ പല ഹദീസ്സുകളും അവലംബമാക്കിയിരിക്കുന്നതും കാണാം.

ഹദീസ്സുകളെ ഖുർ-ആനു തുല്യം ആയി കണക്കാക്കുന്ന മുസ്ലീങ്ങളുണ്ട്. അവരുടെ അഭിപ്രായത്തിൽ ഹദീസുകൾ അഥവാ നബിചര്യകൾ ഒന്നും മാനുഷികമായ ചോദ്യം ചെയ്യലിന് വിധേയമായിക്കൂടാ. ശരീ-അത്തിനും ഖുർ-ആനും തുല്യമായ അപ്രമാദിത്വം ഉണ്ട്. ഈ കാര്യത്തിൽ എല്ലാ മുസ്ലീങ്ങളും തുല്യഅഭിപ്രായക്കാരല്ല. അറുപതിനായിരം ഹദീസ്സുകൾ സമാഹരിച്ചു എന്നവകാശപ്പെടുന്ന ഇമാം ബുഖാരി വിശ്വസനീയമായി ഉയർത്തിക്കാണിക്കുന്നത് കേവലം നാലായിരം എണ്ണത്തെ മാത്രമാണ്. ചില തൽപ്പരകക്ഷികൾ എങ്ങനെ അവരുടെ താൽപ്പര്യാർഥം ഹദീസ്സുകളുടെ എണ്ണം വർധിപ്പിക്കുന്നു എന്നതിന് മികച്ച ഉദാഹരണമാണിത്. നിർഭാഗ്യമെന്നുപറയട്ടെ ഇത്തരം വ്യാജഹദീസുകളിൽ അധികവും സ്ത്രീകളുടെ അവകാശങ്ങളെ ഹനിക്കുന്നവയാണ്. ഇവയത്രയും ഖുർ-ആന്റെ രചനാകാലത്ത് നിലവിലുണ്ടായിരുന്ന സാമൂഹ്യധാരണകളെയാണ് പ്രതിഫലിപ്പിക്കുന്നത്. അല്ലാതെ ഖുർ-ആന്റെ അന്ത:സത്തയെ അല്ല.

ഹദീസ്സ് സാഹിത്യത്തെക്കുറിച്ചു വേറെയും ചില പ്രശ്നങ്ങളുണ്ട്. ഈ സാഹിത്യസംഹിതകളാകെ ദൈവികേച്ഛയുടെ പ്രതിഫലനങ്ങളും മാറ്റത്തിനുവിധേയവും അല്ലെന്നു ശഠിക്കുന്നവർ ഈ പ്രശ്നങ്ങൾക്കു മറുപടി പറയേണ്ടിവരും. സർവസമ്മതങ്ങളായ ഖുർ-ആൻ പ്രഖ്യാപനങ്ങളിൽതന്നെ പലതും അക്കാലത്തു നിലനിന്നിരുന്ന അറബ് സമൂഹത്തിന്റെ ഘടനകളെമാത്രം പരാമർശിക്കുന്നവയാണ്. മറ്റു സാമൂഹ്യ ഘടനകൾക്കോ ജനപഥങ്ങൾക്കോ തീർത്തും ബാധകമല്ലാത്ത ഒട്ടേറെ പരാമർശങ്ങൾ ഖുർ-ആനിൽ നമുക്കുകാണാം. ചില ഉദാഹരണങ്ങൾ ഇവിടെ പരിശോധിക്കുന്നു. ഖുർ-ആൻ (33:4), (58:2-3) ഈ ഭാഗത്ത് പരാമർശിച്ചിരിക്കുന്നത് പുരാതനകാലത്ത് അറബികളുടെ ഇടയിലുണ്ടായിരുന്ന ഒരാചാരത്തെയാണ്. ഉദാഹരണത്തിന് 'ളിഹാർ' എന്ന ചടങ്ങ്. ഇതനുസരിച്ച് ഖുർ-ആൻ പരാമർശം ഇങ്ങനെയാണ്. തങ്ങളുടെ ഭാര്യമാരെ തങ്ങളുടെ മാതാക്കൾക്കു തുല്യരായി പ്രഖ്യാപിക്കുന്നവർ നിങ്ങളിൽ ആരുണ്ടോ അവരുടെ നടപടി യഥാർഥത്തിൽ തികച്ചും തെറ്റാണ്. ആ ഭാര്യമാർ യഥാർഥത്തിൽ അവരുടെ മാതാക്കളല്ല തന്നെ, അവരെ പ്രസവിച്ച സ്ത്രീകൾ തന്നെയാണ് അവരുടെ മാതാക്കൾ. നിങ്ങളുടെ ഭാര്യമാരെ തങ്ങളുടെ മാതാക്കൾക്കു തുല്യരായി പ്രഖ്യാപിക്കുകയും, പിന്നീട് അവർ പറഞ്ഞ വാക്കിൽനിന്ന് മടങ്ങുകയും ചെയ്യുന്നവർ വീണ്ടും വീണ്ടും പരസ്പരം സ്പർശിക്കുന്നതിനുമുമ്പ് ഒരടിമയെ സ്വതന്ത്രനാക്കി വിടേണ്ടതാണ്.

മേൽപ്പറഞ്ഞ രണ്ടു ഖുർ-ആൻ വാക്യങ്ങളിൽനിന്നും നമ്മളെന്താണ് മനസിലാക്കുന്നത്. തങ്ങളുടെ ഭാര്യമാരെ നീ എനിക്ക് അമ്മയെപ്പോലെയാണെന്നു പറഞ്ഞുവിടുകയും, പിന്നീട് അങ്ങനെ പറഞ്ഞുവിട്ടവരെ തന്നെ വീണ്ടും സ്വീകരിക്കുകയും ചെയ്യുന്ന ഒരു പതിവ് അറബികളുടെ ഇടയിലുണ്ടായിരുന്നു. ഒരു അടിമയുടെ വിമോചനം എന്ന പ്രായശ്ചിത്തമാണ് ഖുർ-ആൻ ഈ നടപടിക്കു നിർദേശിക്കുന്നത്. ഇത്തരം ഒരു

പതിവ് ലോകത്തിലെ മറ്റൊരു സമൂഹത്തിലും ഉണ്ടായിരുന്നതായി നമുക്കറിവില്ല. അതുപോലെതന്നെ അടിമത്തവും ഇന്നു ലോകത്തൊരിടത്തും നിലവിലില്ല. മേൽപ്പറഞ്ഞ 'ളിഹാർ' എന്ന ചടങ്ങ് ഇന്നാർക്കെങ്കിലും അനുഷ്ഠിക്കണമെങ്കിൽ അതിനു പ്രായശ്ചിത്തമായി അടിമയെ വിമോചിപ്പിക്കാൻ അയാൾക്കെങ്ങനെ കഴിയും. അതിനാൽ ഖുർ-ആനിലെ അത്തരം വാക്യങ്ങളെ അതിന്റെ മൂല്യസന്ദർഭങ്ങളിൽ നിന്ന് അടർത്തിയെടുത്തു നടപ്പിലാക്കുക സാധ്യമല്ലെന്നു വ്യക്തമാണല്ലോ.

അതുപോലെതന്നെ പുരാതന അറബികളുടേതുപോലുള്ള ഒരു വ്യവസ്ഥയും ലോകത്തിലൊരിടത്തും നിലവിലില്ല. അടിമകളെക്കുറിച്ചും അടിമവ്യവസ്ഥയെക്കുറിച്ചും ഖുർ-ആനിൽ ധാരാളം പരാമർശങ്ങളുണ്ട്. ഹിജറാവർഷം രണ്ടും മൂന്നും ശതകങ്ങളിൽ രൂപപ്പെടുത്തിയ ശരീഅത്തിൽ ഖുർ-ആനേയും, ഹദീസുകളെയും അടിസ്ഥാനമാക്കി വളരെ വിപുലമായ ഒരു നിയമവ്യവസ്ഥതന്നെ ക്രോഡീകരിച്ചിട്ടുണ്ട്. അടിമഉടമബന്ധത്തെക്കുറിച്ചുള്ള പരാമർശങ്ങൾ അതിലൊട്ടേറെയുണ്ട്. അടിമവ്യവസ്ഥ കാലഹരണപ്പെട്ട ഒരു യുഗത്തിൽ ഈ പരാമർശങ്ങൾക്കെന്തു പ്രസക്തിയാണുള്ളത്. ശരീഅത്തുനിയമങ്ങളുടെ സാർവകാലികതയെക്കുറിച്ചു പറയുന്നവർ ഈ ആക്ഷേപത്തിനു സമാധാനം പറഞ്ഞേ മതിയാകൂ.

ഖുർ-ആൻ വാക്യങ്ങളെ രണ്ടു വിഭാഗങ്ങളായി തിരിക്കാം. ഒന്ന് സാന്ദർഭികമൂല്യം മാത്രമുള്ളവ. രണ്ട് ശാശ്വതമൂല്യമുള്ളവ. സ്ത്രീ പുരുഷവിമോചനത്തിന്റെ കാര്യത്തിൽ ഖുർ-ആൻ നൽകിയിരിക്കുന്ന പല വിശദീകരണങ്ങളും ആദ്യവിഭാഗത്തിൽപെടുന്നവയാണ്. ശാശ്വത മൂല്യമില്ലാത്ത പ്രസ്താവനകളും ആദ്യകാലഘട്ടങ്ങളിൽ ശാശ്വത പ്രതിപത്തിക്കുവിധേയമാക്കപ്പെട്ടു.

ഹദീസ്സുകൾ അഥവാ നബിചര്യകളെ ദൈവികവെളിപ്പെടുത്തലുകളായി സ്വീകരിച്ചാൽ പോലും അവയിലെ സാന്ദർഭികമൂല്യം മാത്രമുള്ള പ്രസ്താവനകളെ ആ അർഥത്തിൽതന്നെ മനസിലാക്കേണ്ടതുണ്ട്. പ്രവാചകൻ തന്നെ ഖുർ-ആൻ വാക്യങ്ങൾക്ക് വാക്കുകളിലൂടെയും പ്രവൃത്തിയിലൂടെയും വിശദീകരണം നൽകുകയുണ്ടായിട്ടുണ്ട്. പ്രവാചകനല്ലാതെ മറ്റാർക്കാണ് ഇന്നും ഖുർ-ആൻ വാക്യങ്ങൾ തെറ്റുകൂടാതെ വ്യാഖ്യാനിക്കാൻ കഴിയുക.

അപ്പോഴും സാന്ദർഭിക പ്രസ്താവനകളെ ആ നിലയിൽതന്നെ കാണാൻ നമ്മൾ ബാധ്യസ്ഥരാണ്. വിശുദ്ധപ്രവാചകൻ തന്റെ മുമ്പിലുണ്ടായിരുന്ന ഒരു നിർദിഷ്ട സമൂഹത്തോടാണ് പ്രബോധനം നടത്തിയിരുന്നതെന്നോർക്കണം. അത്തരം പ്രബോധനങ്ങൾ തീർച്ചയായും ആ സമൂഹത്തിന്റെ അന്നത്തെ അവസ്ഥക്കനുയോജ്യമായ തരത്തിലായിരിക്കും വ്യാഖ്യാനിക്കപ്പെട്ടിരിക്കുക. തബരി, ഫത്രുദീൻ, റാബി തുടങ്ങിയ പ്രമുഖ ഖുർ-ആൻ വ്യാഖ്യാതാക്കളെല്ലാം തന്നെ ഈ വീക്ഷണത്തോട് യോജിക്കുന്നു. ഖുർ-ആൻ (4:34) പ്രകാരം വൈവാഹികജീവിതത്തിൽ പുരുഷന്മാർക്കു സ്ത്രീകളുടെമേൽ നിയന്ത്രണാധികാരം ഉണ്ട്. അനു

സരണക്കേടു കാണിക്കുമെന്ന് നിങ്ങൾ ഭയപ്പെടുന്ന സ്ത്രീകൾക്ക് ഉപദേശം നൽകുകയും, അതു ഫലിച്ചില്ലെങ്കിൽ ശയനസ്ഥലങ്ങളിൽ അവരിൽ നിന്നകന്നിരിക്കുകയും ചെയ്യുക. എന്നിട്ടും ഫലമില്ലെങ്കിൽ നല്ലവഴിക്കു നടക്കുന്നതിനുള്ള പ്രേരണ എന്ന നിലയിൽ അവരെ അടിക്കുക എന്നിങ്ങനെ രേഖപ്പെടുത്തിയിരിക്കുന്നു. ഇതിന്റെ വെളിച്ചത്തിൽ ഭർത്താക്കന്മാർക്കു ഭാര്യമാരെ മർദിക്കാനുള്ള അവകാശം ഖുർ-ആൻ നൽകിയിരിക്കുന്നു എന്നു മനസിലാക്കുന്നത് വളരെ കഷ്ടമാണ്. ഖുർ-ആനിലെ സാന്ദർഭിക പരാമർശങ്ങൾക്കു ഒരുദാഹരണമാണ് ഇത്.

മറ്റൊരുദാഹരണമാണ് അടിമസ്ത്രീകളുമൊത്തുള്ള ലൈംഗികബന്ധത്തിനു ഖുർ-ആൻ നൽകുന്ന നിയമപ്രാബല്യം. ഈ കാര്യത്തിൽ ഇസ്ലാമിക പണ്ഡിതന്മാർക്ക് ആർക്കും തന്നെ അഭിപ്രായവ്യത്യാസമില്ല. പ്രവാചകനുതന്നെ ഈജിപ്ഷ്യൻ അടിമയായിരുന്ന ഒരു ക്രിസ്ത്യൻ സ്ത്രീയുമായി ശാരീരികബന്ധം ഉണ്ടായിരുന്നു. ഈ സ്ത്രീയെ പ്രവാചകൻ വിവാഹം ചെയ്തു ഭാര്യയാക്കിയിരുന്നുവോ എന്ന കാര്യത്തിൽ അഭിപ്രായവ്യത്യാസമുണ്ട്. ജമാഅത്ത് ഇസ്ലാമിയുടെ സ്ഥാപകനും, പ്രമുഖ ഇസ്ലാമിക് പണ്ഡിതനുമായിരുന്ന മൗലാനാമൗദൂതി അദ്ദേഹത്തിന്റെ ഖുർ-ആൻ വ്യാഖ്യാനത്തിൽ പ്രവാചകന് അടിമപ്പെണ്ണുമായി വിവാഹം കൂടാതെതന്നെ, ലൈംഗികബന്ധം ഉണ്ടായിരുന്നതായി തറപ്പിച്ചു പറയുന്നു. മധ്യകാല നിയമവിദഗ്ധരൊക്കെ അതേ അഭിപ്രായം വെച്ചുപുലർത്തിയവരാണ്. ആ സ്ഥിതിക്ക് ഒരു നബിചര്യ എന്ന നിലയിൽ ഇത് ഒരു പരിഷ്കൃത സമൂഹത്തിനുള്ള മാതൃകയാക്കാൻ കഴിയുമോ? അടിമവ്യവസ്ഥയ്ക്കു പ്രാബല്യമുണ്ടായിരുന്ന ഒരു സമൂഹത്തിന്റെ സവിശേഷ സാഹചര്യങ്ങളിൽ ഇത്തരം ചില ബന്ധങ്ങളിൽ അസ്വാഭാവികത ദർശിക്കുക സാധ്യമല്ലെങ്കിലും, വ്യത്യസ്തമായ ഭൗതികസാഹചര്യങ്ങൾ നിലവിലുള്ള ഒരു പരിഷ്കൃത കാലഘട്ടത്തിൽ ഇത്തരം ബന്ധങ്ങളെ ഖുർ-ആന്റെ അടിസ്ഥാനത്തിൽ ന്യായീകരിക്കാൻ ശ്രമിക്കുന്നത് നിരർഥകമാണ്.

ഇസ്ലാം സുന്നിവിഭാഗത്തിന് നാലു നിയമവിദഗ്ധരാണുള്ളത്. ഇവർ നാലു വ്യത്യസ്തമായ നിയമതത്വശാസ്ത്രത്തിനു രൂപം കൊടുക്കുകയും ചെയ്തു. ഇവർ നാലുപേർക്കും ഒട്ടനവധി കാര്യങ്ങളിൽ വ്യത്യസ്ത അഭിപ്രായമാണുള്ളത്. അഭിപ്രായവ്യത്യാസങ്ങളുടെ കാര്യങ്ങളെക്കുറിച്ച് ഒട്ടേറെ വിവരങ്ങൾ ഇതിനകം എഴുതപ്പെട്ടുകഴിഞ്ഞിട്ടുണ്ട്. ആധുനിക പണ്ഡിതന്മാരുടെ അഭിപ്രായത്തിൽ ഈ വ്യത്യാസത്തിനുകാരണം ഇവർ ജീവിച്ചിരുന്ന വ്യത്യസ്തമായ സാമൂഹ്യ സാഹചര്യങ്ങളാണ്. ഇമാം ഹമ്പലും ഇമാം മാലിക്കും ജീവിച്ചിരുന്നത് മദീനയിലാണ്, അവിടുത്തെ സാമൂഹ്യസദാചാരമര്യാദകൾ ഏറക്കുറെ പ്രവാചകന്റെ ജീവിതസാഹചര്യങ്ങളുടേതിനു സമാനമായിരുന്നു. പ്രവാചകൻ ആ സമൂഹത്തിൽ ചെയ്തതും, പ്രവർത്തിച്ചതുമായ കാര്യങ്ങളെ അവലംബമാക്കിയാണ് അവർ തങ്ങളുടെ നിയമസംഹിതകൾക്കു രൂപം നൽകിയത്.

എന്നാൽ മറ്റു രണ്ടു സുന്നി പണ്ഡിതന്മാരായ ഇമാം ഷാഫി, ഈജിപ്തിലും ഇമാം അബ്ദുഹനീഫ ഇറാഖിലുമാണ് ജീവിച്ചിരുന്നത്. ഈജിപ്തും ഇറാഖും മദീനയുടേതിൽനിന്നും വ്യത്യസ്തമായ സാംസ്കാരിക പൈതൃകം പിൻതുടരുന്ന പ്രദേശങ്ങളാണ്. വിവിധ സംസ്കാരങ്ങളുടെ ഒരു സമ്മിശ്രണം തന്നെ, വ്യത്യസ്ത കാലഘട്ടങ്ങളിലായി ഈ പ്രദേശങ്ങളെ അലങ്കരിച്ചിരുന്നു.

ആദ്യത്തെ കൂട്ടർ ഹദീസ്സുകളെ ആശ്രയിച്ചു തങ്ങളുടെ നിയമദർശനങ്ങൾക്കു രൂപംകൊടുത്തപ്പോൾ രണ്ടാമതു പറഞ്ഞവർ ഖിയാസും ഇജ്മാഉം അവലംബമാക്കി തങ്ങളുടെ നിയമതത്വശാസ്ത്രത്തിനു രൂപം നൽകി. ഇത് വെളിവാക്കുന്നത് എന്താണ്? ശരീഅത്ത് മൗലികസാഹചര്യങ്ങളുടെ സ്വാധീനങ്ങളിൽ നിന്നു രൂപമെടുത്തതാണെന്നു തന്നെ. അറബ് അദാത്ത് (adath) അഥവ് അറബ് പരമ്പരാഗത നിയമ സംഹിത കുറെയൊക്കെ ശരീഅത്തിനെയും, ബാധിച്ചിട്ടുണ്ടെന്ന് ഓർക്കണം.

ഇസ്ലാം മുഖ്യമായും, അറബ് പശ്ചാത്തലം ഉൾക്കൊള്ളുന്നതാണല്ലോ. എന്നാൽ പിൽക്കാലത്തു ഈ സ്ഥിതിക്കു മാറ്റം വന്നു. ഇസ്ലാമിന്റെ വെളിച്ചം ലോകത്തിന്റെ നാനാഭാഗത്തേക്കും വ്യാപിച്ചുകഴിഞ്ഞപ്പോൾ ആ നാടുകളുടെ സാംസ്കാരിക പാരമ്പര്യം ആകെ അപ്പാടെ തള്ളിക്കളഞ്ഞു കൊണ്ടുള്ള ഒരു നിയമസംഹിതക്ക് സുഗമമായി പ്രവർത്തിക്കാൻ ആവുകയില്ലെന്നതിന്റെ തെളിവാണ് ഇന്നു പല നാടുകളിൽ നിന്നും ഇസ്ലാമിനെ കേന്ദ്രീകരിച്ചു മുഴങ്ങികേട്ടുകൊണ്ടിരിക്കുന്ന പ്രക്ഷോഭങ്ങൾ. ഈ പശ്ചാത്തലത്തിൽ വേണം സ്ത്രീകളുടെ അവകാശങ്ങളെക്കുറിച്ച് ലോകവ്യാപകമായി ശക്തിപ്രാപിച്ചുകൊണ്ടിരിക്കുന്ന ആധുനിക പ്രസ്ഥാനങ്ങളോടുള്ള ഇസ്ലാമിക് പ്രതികരണം രൂപപ്പെടുത്തൽ.

ശരീഅത്തിന്റെ ഒരു പ്രധാന ഭാഗമായ ഹദീസ്സുകൾ അഥവാ നബിചര്യകൾ രേഖപ്പെടുത്തീട്ടുള്ളത്, പ്രവാചകന്റെ സഹപ്രവർത്തകരായിരുന്നല്ലോ. ഇവയിൽപ്പലതും പ്രവാചകന്റെ സ്വന്തം വാക്കുകളല്ല. പ്രവാചകൻ പറഞ്ഞിരിക്കാവുന്ന കാര്യങ്ങളുടെ സാമാന്യ അർഥം മാത്രം പ്രതിഫലിപ്പിക്കുന്നവയാണ് നല്ല പങ്കു ഹദീസ്സുകളും. ഇവയിൽ ചില പ്രമാദങ്ങൾ കടന്നുകൂടുക എന്നത് അസംഭാവ്യമല്ല.

പ്രവാചകന്റെ സഹപ്രവർത്തക സമൂഹത്തിൽ പലതരക്കാരും ഉണ്ടായിരുന്നിരിക്കണം. എല്ലാവരുടേയും, ഓർമശക്തിയും ആഖ്യാനപാടവവും ഒരുപോലെ ആയിരിക്കാനിടയില്ല. അതുപോലെ തന്നെ ദീർഘകാലം പ്രവാചകനോടൊപ്പം ചെലവഴിച്ചവരും, വളരെക്കുറഞ്ഞകാലം പ്രവാചകസാമീപ്യം അനുഭവിച്ചവരും ആ കൂട്ടത്തിൽ ഉണ്ടായിരുന്നു എന്നുവരാം. സാമിപ്യം തന്നെ തീരെ ഇല്ലാത്തവരും അകന്നുമാത്രം പ്രവാചകചര്യകളെ നിരീക്ഷിച്ചിരുന്നവരും പിൽക്കാലത്ത് ഹദീസ്സുകളുടെ കർത്താക്കളായി രംഗപ്രവേശനം ചെയ്തിരിക്കാം. പ്രവാചകൻ അഭിമുഖീകരിച്ചതും കൈകാര്യം ചെയ്തവയുമായ അതീവസങ്കീർണമായ പ്രശ്നങ്ങളുടെ കാതൽ ഇവരിൽ എല്ലാവർക്കും അതേപടി മനസിലായി

എന്നുവരില്ല.

ഇതിനൊക്കെ പുറമെ ചില ഹദീസ്സുകൾ പ്രവാചകന്റെ സുഹൃത്തുക്കളുടെ സുഹൃത്തുക്കളും അവരുടെ സുഹൃത്തുക്കളുമൊക്കെ പറഞ്ഞതുകേട്ട് സമാഹരിച്ചവയാണ്. ഈ സമാഹർത്താക്കളിൽ തന്നെ അറബികളും അനറബികളും ഉൾപ്പെടുന്നു. ചുരുക്കത്തിൽ ആഖ്യാതാക്കളുടെ ഇഷ്ടാനിഷ്ടങ്ങളും വ്യക്തിഗതഅഭിരുചികളും ഒക്കെ ഹദീസ്സിന്റെ ഉള്ളടക്കത്തെ സ്വാധീനിച്ചുണ്ടെന്നു സ്പഷ്ടം. അതുപോലെതന്നെ പല ഹദീസ്സുകളെയും തമ്മിൽ ഇണക്കിച്ചേർക്കുന്ന, പല കണ്ണികളും കാണുന്നുമില്ല. ഹദീസ്സ് ആഖ്യാതാക്കളിൽ, പലരും സ്ത്രീകൾക്കെതിരായ പല മുൻധാരണകളും വെച്ചുപുലർത്തിയിരുന്നവരും ആയിരുന്നു എന്ന ഹദീസ്സുകളിലെ ചില സ്ത്രീവിരുദ്ധ പ്രസ്താവനകൾ വ്യക്തമാക്കുന്നു.

പ്രവാചകനാകട്ടെ ഈ സാധ്യതയെ മുൻകൂട്ടിക്കണ്ടിട്ടാകണം തന്റെ വചനങ്ങളെ ക്രോഡീകരിക്കുന്നതിന് അനുയായികൾക്കും കർശനമായ വിലക്കേർപ്പെടുത്തിയിരിക്കുന്നു. പലകാരണങ്ങൾ കൊണ്ടതിൽ വാചകങ്ങളെ ഭാവിതലമുറയുടെ മുമ്പിൽ ശരിയായി അവതരിപ്പിക്കുവാൻ ഈ ക്രോഡീകരണ ശ്രമക്കാർക്ക് കഴിയില്ലെന്ന് അദ്ദേഹത്തിനറിയാമായിരുന്നു.

ആദ്യത്തെ കലീഫാ ഹസ്രത്ത് അബൂബക്കർ പോലും ഹദീസുകളെ ക്രോഡീകരിക്കുന്നതിനെ അനുകൂലിച്ചിരുന്നില്ല. എന്നിട്ടും പിൽക്കാലത്ത് ഒട്ടേറെ ക്രോഡീകരണം നടന്നു. പലതും വ്യാജമായി കെട്ടിച്ചമച്ചവ ആയിരുന്നു. ഇപ്പോൾ വ്യാജമായത് ഏത് യഥാർഥത്തിലുള്ളത് ഏത് എന്നു വേർതിരിച്ചറിയാൻ പ്രയാസമനുഭവപ്പെടുന്ന തരത്തിലായിട്ടുണ്ട് ഹദീസ്സുകളുടെ സ്ഥിതി.

ആധികാരികത അവകാശപ്പെടുന്ന ഹദീസ്സുകളിൽത്തന്നെ, ഒട്ടേറെ പ്രശ്നങ്ങളുണ്ടെന്നു നമ്മൾ കണ്ടു. ആ നിലയും ഹദീസ്സുകളെ ആശ്രയിച്ചുള്ള ഇസ്ലാമിക് നിയമനിർമാണത്തിൽ ധാരാളം പിഴവുകൾ സംഭവിക്കാം എന്നത് സ്വാഭാവികം മാത്രം. ഈ യാഥാർഥ്യം അംഗീകരിക്കാതെ ഇസ്ലാമിലെ പുരോഹിതവൃന്ദം അഥവാ ഉലമാക്കൾ (മതപണ്ഡിതന്മാർ) ഇസ്ലാമിക് നിയമങ്ങളപ്പാടെ നബിചര്യകളെയും ഖുർ–ആനെയും അടിസ്ഥാനപ്പെടുത്തിയിട്ടുള്ളതാണെന്നും അതിൽ കാലികമായ എന്തെങ്കിലും മാറ്റങ്ങൾ വരുത്തുന്നത് അള്ളാഹുവിനെയും അദ്ദേഹത്തിന്റെ പ്രവാചകനെയും എതിർക്കുന്ന പ്രവൃത്തിയാണെന്നും ശഠിക്കുന്നു. തങ്ങൾ ജീവിക്കുന്ന ലോകത്തിന്റെ സാമൂഹ്യസാമ്പത്തിക സാംസ്കാരിക സാഹചര്യങ്ങളിൽ അനുദിനം എന്തെല്ലാം മാറ്റങ്ങൾ സംഭവിച്ചുകൊണ്ടിരിക്കുന്നു എന്ന കാര്യത്തിൽ ഈ കൂട്ടർ തീരെ ശ്രദ്ധാലുക്കളല്ല. തഖ്ലീദ് അഥവാ യാന്ത്രികമായ അനുകരണം ഇന്നു ലോകവ്യാപകമായി ഇസ്ലാമിക് നിയമങ്ങളുടെ അടിത്തറയായി ഭവിച്ചിരിക്കുന്നു. പൂർവികരായ ഇമാമുകളുടെ ചിട്ടവട്ടങ്ങളെ ഭേദപ്പെടുത്താൻ പിന്നാലെവരുന്ന തലമുറയ്ക്ക് അവകാശമില്ലെന്നാണിവർ വാദിക്കുന്നത്. അതപ്പാടെ ദിവ്യമാണെന്നവർ പറ

യുന്നു. ഇസ്ലാമിന് ബാഹ്യമായ നിയമവസ്തുക്കളുടെ പുരോഗമനാത്മകമായ മാർഗനിർദേശങ്ങളെ അവഗണിക്കുന്നത് ശരിയായിരിക്കില്ല. സ്ത്രീകളുടെ അവകാശ സംരക്ഷണത്തിന്റെ കാര്യം വരുമ്പോൾ മാത്രമാണ് ഈ ശാഠ്യം എന്ന കാര്യം ശ്രദ്ധിക്കേണ്ടതുണ്ട്. ഈ നിലപാടിൽനിന്നുമാറി സ്ത്രീകൾക്കനുകൂലമായി നിയമങ്ങളെ വ്യാഖ്യാനിക്കാൻ മുന്നോട്ടുവരുന്ന ഉലമാക്കളുടെ എണ്ണം അടുത്ത കാലത്തായി വർധിച്ചിട്ടുണ്ടെന്നത് ആശ്വാസകരമാണ്. തഖ്ലീദ് അഥവാ യാന്ത്രികമായ അനുകരണവാദം മൂലം മുസ്ലീം സ്ത്രീകൾക്കുണ്ടാകുന്ന കഷ്ടപ്പാടുകൾ ചില്ലറയല്ല.

ഭാവിയിൽ ആവിർഭവിച്ചേക്കാവുന്ന ഇത്തരം ഒരവസ്ഥയെക്കുറിച്ച് പ്രവാചകൻ ബോധവാനായിരുന്നു. ഈ വിഷയത്തിൽ ചില മാർഗനിർദേശങ്ങൾ നൽകിയിരുന്നു. അദ്ദേഹം ഇങ്തിഹാദ് (iritihad) നടപടിയെ പ്രോത്സാഹിപ്പിച്ചിരുന്നു. ഇങ്തിഹാദ് എന്നാൽ ഖുർ-ആനിലോ പ്രവാചകചര്യകളിലോ കൃത്യമായി മാർഗനിർദേശം നൽകപ്പെട്ടിട്ടില്ലാത്ത വിഷയങ്ങൾ, ആവിർഭവിക്കുന്ന മുറയ്ക്കു സ്വന്തം മനസാക്ഷിയെ മുൻനിർത്തി യുക്തമായ തീരുമാനം എടുത്ത് പ്രശ്നങ്ങളെ സ്വയം പരിഹരിക്കുക എന്നാണ് അർഥമാക്കുന്നത്. വനദുബീൻ ജബാലിനെ സംബന്ധിച്ച ഹദീസ്സ് ഇക്കാര്യത്തിൽ പ്രശസ്തമാണ്. വനദുബീൻ ജബാലിനെ യമനിലെ ഗവർണറാക്കി നിയമിക്കുകയുണ്ടായി. ആ സമയം പ്രവാചകൻ അദ്ദേഹത്തോട് ചോദിച്ചു നിങ്ങളെങ്ങനെയാണ് ജനങ്ങൾക്കു നീതി നടത്തിക്കൊടുക്കുക. ജബാൽ മറുപടി പറഞ്ഞു. ഖുർ-ആന്റെ മാർഗനിർദേശമനുസരിച്ചു ഭരണം നടത്തും. ഖുർ-ആനിൽ പരാമർശിച്ചിട്ടില്ലാത്ത ഒരു പ്രശ്നപരിഹാരം തേടി താങ്കളുടെ അടുത്ത് എത്തിയാലോ? പ്രവാചകന്റെ അടുത്തചോദ്യം. ജബാൽ പറഞ്ഞു: “പ്രവാചകചര്യകളെ അടിസ്ഥാനമാക്കി തീരുമാനമെടുക്കും.” അതിലും ഉൾപ്പെടാത്ത വിഷയങ്ങൾ കൈകാര്യം ചെയ്യേണ്ടിവരുമ്പോഴെന്തു ചെയ്യുമെന്നായി പ്രവാചകന്റെ ചോദ്യം. അത്തരം ഘട്ടത്തിൽ ഞാനെന്റെ മനസാക്ഷിക്കു ചേരുന്ന തരത്തിൽ സ്വയം ഒരു തീരുമാനം എടുക്കുമെന്നായിരുന്നു ജബാലിന്റെ മറുപടി. മറുപടി പ്രവാചകനെ തൃപ്തിപ്പെടുത്തി. അദ്ദേഹം ജബാലിന്റെ പുറത്തുതട്ടി അഭിനന്ദനം അറിയിച്ചു. സ്വന്തം മനസാക്ഷിയുടെ അംഗീകാരത്തിനു വിധേയമായി ഒരു തീരുമാനം എടുത്തിട്ടു തെറ്റുപറ്റിയാൽ തന്നെ അങ്ങനെ ചെയ്യുന്ന ആൾ ഒരു യോഗ്യത നേടുന്നു. തെറ്റുപറ്റാതിരുന്നാലോ രണ്ടു യോഗ്യതനേടുന്നു. പ്രവാചകന്റെ ഇത്തരം ഉപദേശങ്ങൾ ഭാവിയെ മുൻകൂട്ടികണ്ടുകൊണ്ടു നൽകിയതാകാനേ തരമുള്ളൂ.

പ്രവാചകന്റെ ഈ പ്രസ്താവനയെ മുൻനിർത്തിയാണ് സ്ത്രീപുരുഷ സമത്വം ഉൾപ്പെടെയുള്ള പല നൂതന പ്രശ്നങ്ങളും വ്യക്തികളുടെ സ്വതന്ത്രമായ തീരുമാനത്തിനു വിട്ടുകൊടുക്കണമെന്ന് ആധുനികർ വാദിക്കുന്നത്. യാഥാസ്ഥിതികർ ഈ വാദത്തെ എതിർക്കുന്നു. ഇങ്തിഹാദിന്റെ വാതിലുകൾ വളരെ പണ്ടുതന്നെ അടച്ചുകളഞ്ഞുവെന്നും, ഇന്നു സ്വന്തം മനസാക്ഷിയെ ആശ്രയിച്ചു ശരി പ്രവർത്തിക്കാൻ കഴിയുന്നവർ

ആരും തന്നെയില്ലെന്നുമാണ് ഇവരുടെ വാദം. ഇജ്തിഹാദിനെക്കുറിച്ച് അനുകൂലമായും പ്രതികൂലമായുമുള്ള വാദപ്രതിവാദങ്ങൾ ഇസ്ലാമിക് ലോകത്തു പൊതുവെ നടക്കുന്നുണ്ടെങ്കിലും, സ്ത്രീപ്രശ്നം വരുമ്പോൾ യാഥാസ്ഥിതിക പാരമ്പര്യങ്ങളിൽ നിന്നും വരവണ്ണം വ്യതിചലിക്കാൻ പൗരോഹിത്യമതം തയ്യാറാകുന്നില്ല.

ശ്രദ്ധേയനായ ഒരു ഇന്ത്യൻ ഉറുദുകവിയാണ് ഡോ. മുഹമ്മദ് ഇക്ബാൽ. അദ്ദേഹം *ഇസ്ലാമിലെ മതചിന്തകൾക്കു ഒരു പുനർനിർമാണം* എന്ന കൃതിയിൽ എഴുതി: "ഇസ്ലാമിന്റെ ആത്മീയ അടിസ്ഥാനം നിത്യതയെക്കുറിച്ചുള്ള സങ്കൽപ്പം ആണ്. നിത്യസൗഭാഗ്യം എന്ന ആത്മീയ ലക്ഷ്യം പ്രാപിക്കണമെങ്കിൽ വർത്തമാനകാല ജീവിതത്തിന്റെ അനിവാര്യമായ വൈവിധ്യങ്ങളെയും മാറ്റങ്ങളെയും അംഗീകരിക്കുകതന്നെ വേണം. ഖുർ-ആനിലൂടെ ദൈവം നൽകിയിരിക്കുന്ന വെളിപ്പെടുത്തലുകൾ നിത്യതയ്ക്കു തടസ്സമായി പ്രകൃതിയിൽ വർത്തിക്കുന്ന ഘടകങ്ങളെ മറികടക്കാൻ ഉള്ള ഉപദേശങ്ങളത്രെ." (പേജ് 147-148) ആധുനികചിന്തകളുടേയും കണ്ടെത്തലുകളുടേയും വെളിച്ചത്തിൽ ഇസ്ലാമിനു സാർവലൗകികമായ അംഗീകാരം ലഭിക്കത്തക്കവിധത്തിൽ ശരീഅത്ത് നിയമങ്ങളെ പുനർനിർമാണം നടത്തണമെന്ന അഭിപ്രായത്തിൽ ഇഖ്ബാൽ ഉറച്ചുനിന്നിരുന്നു.

സ്ത്രീകൾക്കെതിരായ അനീതി തടയുന്നതിനെങ്കിലും ഇജ്തിഹാദ് വ്യവസ്ഥ പ്രാബല്യത്തിൽ വരുത്തണമെന്നാണെന്റെ അഭിപ്രായം. സ്വത്തുതർക്കം, കോൺട്രാക്ട് നിയമങ്ങൾ, പണമിടപാടുകൾ ഇവയിലെല്ലാം ശരീഅത്തു വ്യവസ്ഥകൾക്കു വിരുദ്ധമായ പരിഷ്കൃതനിയമങ്ങൾ പിന്തുടരുന്നതിനു മതവിശ്വാസികൾക്കോ പുരോഹിതന്മാർക്കോ യാതൊരു വിയോജിപ്പും ഇല്ല. ആൺപെൺ ബന്ധങ്ങളുടെ കാര്യം വരുമ്പോൾ, സ്ത്രീകളുടെ ന്യായമായ അവകാശങ്ങളെ കുറിച്ചുള്ള തർക്കം വരുമ്പോൾ, മതയാഥാസ്ഥിതികത അയവില്ലാത്ത കർശനമായ ശരീ-അത്ത് നിയമങ്ങളെ മുറുകെ പിടിക്കുന്നു.

മുസ്ലീം ഭൂരിപക്ഷ രാജ്യങ്ങളിലെന്നപോലെ മറ്റു ന്യൂനപക്ഷരാജ്യങ്ങളിലും, വിവാഹം, വിവാഹമോചനം തുടങ്ങിയ കാര്യങ്ങളിലൊഴികെ മറ്റെല്ലാറ്റിലും അനിസ്ലാമിക നിയമങ്ങളാണ് പിന്തുടരുന്നത്. ശരീഅത്തിനോടുള്ള കൂറും പ്രതിബദ്ധതയുമൊന്നും ഈ കൂട്ടർക്കു മറ്റുകാര്യങ്ങളിൽ അനുഭവപ്പെടാത്തതെന്തെന്നാണ് എന്നെ ആശ്ചര്യപ്പെടുത്തുന്നത്.

ഇസ്ലാമിക ലോകം ഖുർ-ആന്റെ സജീവത മനസിലാക്കി, അതിന്റെ സത്ത നിലനിർത്തിക്കൊണ്ടുതന്നെ സ്ത്രീപുരുഷബന്ധങ്ങളിൽ സമത്വം സ്ഥാപിക്കുന്നതിന് അനുയോജ്യമായ ഒരു സാഹചര്യം സൃഷ്ടിക്കേണ്ടിയിരിക്കുന്നു.

നേരത്തെ ചൂണ്ടിക്കാണിച്ചതുപോലെ, സാന്ദർഭിക പ്രസക്തിമാത്രമുള്ള ഒട്ടേറെ സൂക്തങ്ങൾ ഖുർ-ആനിലുണ്ട്. ആദ്യകാലഘട്ടങ്ങളിൽ ഇസ്ലാമിക് നിയമങ്ങൾക്കടിത്തറയായി വർത്തിച്ചത് ഇത്തരം സൂക്തങ്ങ

ളാണ്. ഇതുനിമിത്തം ഇസ്ലാമിന് ഒരു ആധുനിക മതത്തിന്റെ പരിവേഷം നഷ്ടപ്പെടുകയായിരുന്നു എന്ന കാര്യം വിസ്മരിക്കരുത്. സാർവലൗകിക പ്രസക്തിയുള്ളതും അടിസ്ഥാനപരമായ ജീവിത തത്വങ്ങളിൽ ഊന്നുന്നതുമായ ഒട്ടേറെ പ്രസ്താവനകളും ഖുർ-ആനിൽ രേഖപ്പെടുത്തിയിട്ടുണ്ട്. തീർച്ചയായും ആധുനികമായ ഒരു നിയമ സംവിധാനത്തിന് ഉപയോഗിക്കേണ്ടിയിരുന്നത് ഇത്തരം പ്രസ്താവനകളെ ആയിരുന്നു.

ഖുർ-ആൻ അവതരിപ്പിക്കുന്ന അടിസ്ഥാനപരമായ ആശയങ്ങൾ നീതി, മനുഷ്യസ്നേഹം, സഹാനുഭൂതി തുടങ്ങിയ മൂല്യങ്ങളാണ്. ഖുർ-ആനി (16:90) ൽ നമ്മൾ ഇങ്ങനെ വായിക്കുന്നു: നീതി പ്രവർത്തിക്കണം, എല്ലാവർക്കും ഉപകാരം ചെയ്യണം. അടുത്തകുടുംബങ്ങൾക്കു ധനസഹായം ചെയ്യണം. ഇതാകുന്നു അല്ലാഹു കൽപ്പിക്കുന്നത്. നീചകൃത്യങ്ങളും നിഷിദ്ധകർമങ്ങളും അക്രമവും അവൻ നിരോധിക്കുന്നു. ഇസ്ലാമിക് മൂല്യവ്യവസ്ഥയുടെ കാതലായ വശം, സാമൂഹ്യനീതിയാണെന്ന് ഈ ഭാഗം വ്യക്തമാക്കുന്നു. ഒരു ക്രൈസ്തവ ധാർമികതയുടെ അടിസ്ഥാനം എപ്രകാരം സ്നേഹമായിരിക്കുന്നുവോ, അപ്രകാരം ഇസ്ലാമിക് ധാർമികതയുടെ അടിസ്ഥാനം സാമൂഹ്യനീതിയാണ്. ഈ തത്വത്തെ അവഗണിച്ചുകൊണ്ടുള്ള ഒരു ഇസ്ലാമിക് നിയമനിർമാണവും പരിശുദ്ധ ഖുർ-ആനോടു നീതി പുലർത്തുന്നതായിരിക്കില്ല.

നീതി, പ്രത്യേകിച്ചും സമൂഹത്തിലെ ദുർബലവിഭാഗങ്ങളെക്കുറിച്ചുള്ള കരുതൽ, ഇസ്ലാമിന്റെ മുഖ്യദൗത്യമാണ്. ഖുർ-ആൻ ഇപ്രകാരം പറയുന്നു: "നാമാകട്ടെ ഭൂമിയിൽ മർദിതരോട് ഔന്നത്യം കാണിക്കുകയും അവരെ നേതാക്കളും അനന്തരാവകാശികളും ആക്കുകയും ചെയ്യണമെന്നാണുദ്ദേശിക്കുന്നത്." (അധ്യായം 25:5) ഖുർ-ആനിലെ ഈ പ്രഖ്യാപനം ഇസ്ലാമിക് നിയമദർശനത്തിന്റെ കാതലായി വർത്തിക്കേണ്ടതുണ്ട്. പുരുഷ വാഴ്ചാ സമൂഹത്തിൽ സ്ത്രീകൾ ഒരു മർദിതവിഭാഗമാണ്. അവരെ ഉയർത്തിക്കൊണ്ടുവരിക എന്നത് ഇസ്ലാമിന്റെ ദൗത്യമാണ്.

നീതി, സഹാനുഭൂതി തുടങ്ങിയ മൂല്യങ്ങൾ കാലഘട്ടത്തിന്റെ പരിണാമത്തിന് അനുസരിച്ച് മാറിവരേണ്ടവയാണെന്ന കാര്യം ഇവിടെ പ്രത്യേകം ശ്രദ്ധേയമാണ്. മധ്യയുഗങ്ങളിൽ സാമൂഹ്യനീതിയെക്കുറിച്ച് ഉണ്ടായിരുന്ന കാഴ്ചപ്പാടല്ല ഇപ്പോൾ വേണ്ടത്. നമ്മുടെ കാലഘട്ടം ഒരു ജനാധിപത്യയുഗമാണ്. ലിംഗം, വംശം, ജാതി തുടങ്ങിയ വിവേചനം ഉപേക്ഷിക്കാതെ നമ്മുടെ കാലഘട്ടത്തിനു അനുയോജ്യമായ തരത്തിൽ സാമൂഹ്യനീതി നടപ്പിൽ വരുത്തുക സാധ്യമല്ല. മധ്യയുഗങ്ങളിലെ ധാരണ അതായിരുന്നില്ല. അന്നത്തെ കാഴ്ചപ്പാടനുസരച്ച് മേൽപ്പറഞ്ഞ തരത്തിലുള്ള വിവേചനങ്ങൾ സ്വാഭാവികമായിരുന്നു. അടിമക്കച്ചവടം പോലും എതിർക്കപ്പെടേണ്ടതുണ്ടെന്ന് ആർക്കും തോന്നിയിരുന്നില്ല. ആരും അതിൽ അനീതിയൊന്നും ദർശിച്ചിരുന്നില്ല. ഒരു അടിമ ഏതെങ്കിലും സാഹചര്യത്തിൽ അയാളുടെ യജമാനനെ വിട്ടോടിയപ്പോൾ അത് അനീതിയായിട്ടാണ് അന്നു കരുതിയിരുന്നത്. എന്നാൽ ഇന്നോ? അടിമ

വ്യവസ്ഥ മാത്രമല്ല കുട്ടികളെക്കൊണ്ടു ജോലിചെയ്യിക്കൽ ഇവയെല്ലാം അനീതിയായി കണക്കാക്കപ്പെടും എന്ന കാര്യത്തിൽ ആർക്കും തർക്കമില്ല. ഫ്യൂഡൽ കാലഘട്ടത്തിൽനിന്നും ജനാധിപത്യകാലഘട്ടത്തിലേക്കു സമൂഹം പരിണമിക്കുമ്പോൾ നീതിയെക്കുറിച്ചുള്ള കാഴ്ചപ്പാടു മാറുന്നു. എന്നാൽ നീതിയുടെ സത്തയ്ക്കു മാറ്റമില്ല.

എല്ലാക്കാലത്തിലും അനുവർത്തിക്കേണ്ട നീതിയുടെ സത്തയാണ് ഖുർ–ആൻ കൈകാര്യം ചെയ്യുന്നത്. ആ നിലയ്ക്കു ഖുർ–ആൻ പരാമർശങ്ങളെ കേവലം അക്ഷരാർഥത്തിനപ്പുറം കടന്നു മനസിലാക്കേണ്ടതുണ്ട്. ഹദീസ്സ് സാഹിത്യത്തിലെ നീതിവ്യവസ്ഥയുടെ ഉപരിപ്ലവപരതയെക്കാൾ ഖുർ–ആൻ ഊന്നൽകൊടുക്കുന്നത് നീതിയുടെ സത്തയ്ക്കുള്ള പ്രാധാന്യത്തിനാണ്.

ഈ കാഴ്ചപ്പാടിന്റെ അടിസ്ഥാനത്തിലാണ് സ്ത്രീ പുരുഷസമത്വം എന്ന ആശയത്തിനു ഖുർ–ആൻ സർവപിന്തുണയും വാഗ്ദാനം ചെയ്യുന്നു എന്നു ഞാൻ സമർഥിക്കുന്നത്. ഖുർ–ആന്റെ ആവിർഭാവകാലത്തെ സാമൂഹ്യനീതിക്കനുസൃതമായി പ്രഖ്യാപിച്ച കാര്യങ്ങൾക്ക് അവയുടെ അക്ഷരാർഥത്തെക്കാൾ അപ്പുറത്തുള്ള അതീന്ദ്രിയപരമായ അർഥമാണുള്ളത്. നീതി നിഷേധിക്കപ്പെട്ട ഒരു മുസ്ലീം സ്ത്രീയെ ഭർത്താവിനോട് പകവീട്ടാൻ പ്രവാചകൻ അനുവദിക്കുന്ന പക്ഷം, അത് ആ കാലഘട്ടത്തിനു നിരക്കാതെ വരുമായിരുന്നു. ഖുർ–ആൻ (4:34) ഉപാധികൾക്കു വിധേയമായ ഒരു പുരുഷമേധാവിത്വമാണ് സർവരംഗത്തും പുലർത്തിയിരുന്നതെന്നോർക്കണം. ആ സ്ഥിതിക്കു ഖുർ–ആൻ പുരുഷമേധാവിത്വത്തെ, ന്യായീകരിക്കുകയല്ല ചെയ്യുന്നത്. പിന്നെയോ പരിമിതപ്പെടുത്തുകയാണ് ചെയ്തിരിക്കുന്നത്. സമ്പൂർണമായ സ്ത്രീ വിമോചനമെന്നത് ഖുർ–ആന്റെ അന്തസത്തയ്ക്ക് വിരുദ്ധമല്ലെന്നു ഈ ഭാഗം സാക്ഷ്യപ്പെടുത്തുന്നു.

പൂർവകാലത്തു നിലനിന്നിരുന്ന നീതിവ്യവസ്ഥയെ ശാശ്വതീകരിക്കുവാൻ ഖുർ–ആൻ ആഗ്രഹിക്കുന്നില്ല. ചരിത്രത്തിലൂടെയുള്ള അതിന്റെ പരിവർത്തനത്തെ ന്യായീകരിക്കുകയാണ് ചെയ്തിരിക്കുന്നത്. നിർഭാഗ്യവശാൽ യാഥാസ്ഥിതികർ ഇതു മനസിലാക്കാതെയാണ് പല ഖുർ–ആൻ ഭാഗങ്ങളും വായിക്കുന്നതും മനസിലാക്കുന്നതും. ഖുർ–ആൻ (33:35) സ്ത്രീ പുരുഷസമത്വം എന്ന ആശയത്തെ അടിവരയിട്ടുറപ്പിക്കുന്നു. ഭർത്താവിന് ഭാര്യയുടെമേൽ നിയന്ത്രണം അനുവദിക്കുന്ന ഖുർ–ആൻ (4:34) കേവലനീതിയെയാണ് സമർഥിക്കുന്നതെങ്കിൽ, (33:35) ശാശ്വതനീതിയെ ആണ് ആവിഷ്ക്കരിക്കുന്നത്. സ്ത്രീ പുരുഷ തുല്യതപോലുള്ള ആധുനിക ആശയങ്ങൾ ഖുർ–ആൻ മുന്നോട്ടുവയ്ക്കുന്ന ശാശ്വതനീതി സങ്കൽപ്പത്തോടാണ് കൂറുപുലർത്തുന്നത്. യാഥാസ്ഥിതികരാകട്ടെ ശാശ്വതനീതി എന്ന ആശയത്തെ കണ്ടില്ലെന്നുനടിക്കുകയും, കാലിക നീതിയെ സൂചിപ്പിക്കുന്ന ഭാഗങ്ങൾക്കു ലബ്ധപ്രതിഷ്ഠ നൽകാൻ ശ്രമിക്കുകയും ചെയ്യുന്നു. ഇതൊരു തരം വിഗ്രഹവൽക്കരണമാണ്.

വിഗ്രഹവൽക്കരണത്തിന്റെ ഏറ്റവും ശക്തായ എതിരാളിയാണ് പരിശുദ്ധ ഖുർ–ആൻ.

ഖുർ–ആനെ ഇന്നിന്റെ സവിശേഷ സാഹചര്യങ്ങളോടു ബന്ധപ്പെടുത്തി ഒരു പുനർവായനയ്ക്കു വിധേയമാക്കുകയാണ് ഇപ്പോഴത്തെ ആവശ്യം. ഇതൊഴിവാക്കിക്കൊണ്ട് യാതൊരു നവോത്ഥാനവും സാധ്യമാകുകയില്ല.

സ്ത്രീ പുരുഷ സമത്വം എന്ന ആശയം വിശദമാക്കുന്ന ഒട്ടേറെ ഭാഗങ്ങൾ ഖുർ–ആനിലുണ്ട്. അധ്യായം 2 വാക്യം 228. സ്ത്രീകൾക്കു പുരുഷന്മാരോടു ചില ബാധ്യതകളുള്ളതുപോലെ സ്ത്രീകൾക്കു പുരുഷന്മാരിൽനിന്നു ചില അവകാശങ്ങളും ലഭിക്കേണ്ടതുണ്ട്. ഈ വാക്യത്തിന്മേൽ ചിലർ നടത്തിയ വ്യാഖ്യാനങ്ങളും വിശദീകരണങ്ങളും ഒട്ടേറെ തകരാറുകൾക്കു വഴിയൊരുക്കുകയുണ്ടായി. പാകിസ്ഥാൻകാരനായ മൗലനാമഹമ്മദ് അലി എന്ന പണ്ഡിതൻ ഈ വാക്യത്തിനു നൽകിയ വ്യാഖ്യാനം, ഇങ്ങനെയാണ്. സ്ത്രീകൾക്കു പുരുഷന്മാരിൽ നിന്നുള്ള അവകാശം, എന്നത് പുരുഷന്മാർക്കു സ്ത്രീകളിൽനിന്നുള്ള അവകാശത്തിനു തുല്യമാണെന്നാണ്. സ്ത്രീകളുടെ ഒരവകാശത്തേയും, മാനിക്കാത്ത ഒരു സമൂഹത്തോടാണ് ഈ പ്രഖ്യാപനം എന്നോർക്കണം.

അറബ് സമൂഹത്തിന്റെ അന്നത്തെ നിലവെച്ചുനോക്കുമ്പോൾ, ഖുർ–ആൻ സ്ത്രീകൾക്കനുവദിച്ചിരിക്കുന്ന സ്വാതന്ത്ര്യം തികച്ചും വിപ്ലവകരമാണ്. സ്ത്രീകളെ പുരുഷന്റെ ജംഗമസ്വത്തായി കണക്കാക്കിയിരുന്ന ഒരു സമൂഹത്തിൽ ഖുർ –ആൻ സൃഷ്ടിച്ച വിപ്ലവം ലോകവ്യാപകമായി പടർന്നു പന്തലിക്കുകയുണ്ടായി. സ്ത്രീകൾക്കും പുരുഷന്മാർക്കും തുല്യമായ സ്വാതന്ത്ര്യം അതിനുമുമ്പ് ഏതെങ്കിലും, ഒരു രാജ്യമോ സാമൂഹ്യ പരിഷ്ക്കർത്താവോ അനുവദിച്ചിരുന്നില്ലെന്നോർക്കണം. (മൗലാനാമഹമ്മദ് അലി)

നീതിയേയും സമത്വത്തെ സംബന്ധിക്കുന്ന ഖുർ–ആൻ പരാമർശങ്ങളുടെയും സത്ത, ഒട്ടാകെ ചോർത്തിക്കളയുന്ന വിധത്തിലാണ് പിൽക്കാല പണ്ഡിതന്മാരും വ്യാഖ്യാതാക്കളും അരങ്ങു കീഴടക്കിയത്. അവികസിതമായ ആ കാലഘട്ടത്തിന്റെ പ്രത്യേകതകൾക്കനുസരിച്ച് സ്ത്രീ സ്വാതന്ത്ര്യത്തിന് എന്തെങ്കിലും പരിമിതി കൽപ്പിച്ചിട്ടുണ്ടായിരുന്നെങ്കിൽ, അവയെ അതിന്റെ കാലിക സന്ദർഭങ്ങളിൽ നിന്നടർത്തി മാറ്റി വ്യാഖ്യാനിക്കാൻ ഈ യാഥാസ്ഥിതിക പണ്ഡിതന്മാർക്കു വലിയ ശുഷ്ക്കാന്തിയാണ്. ബഹുഭാര്യാത്വത്തെക്കുറിച്ച് ഖുർ–ആൻ നൽകുന്ന പ്രസ്താവനകളുടെ കാര്യം തന്നെ ഇതിനുദാഹരണമാണ്. ഖുർ–ആൻ അനുവദിച്ച ബഹുഭാര്യാത്വത്തിന്റെ സാമൂഹ്യസാഹചര്യങ്ങൾ ശ്രദ്ധിക്കണം. നിരന്തരമായ യുദ്ധങ്ങളുടെ ഫലമായി പെരുകിവരുന്ന വിധവകളെ, പുനരധിവസിക്കുന്നതിനും അഗതികളും അനാഥരുമായ സ്ത്രീകൾക്കു സമ്പന്നരുടെ ജീവിതത്തിന്റെ ഭാഗമായി മാറിക്കൊണ്ടു ജീവിതപുരോഗതി കൈവരിക്കാനൊരവസരം നൽകുക എന്നത് ഖുർ–ആന്റെ ലക്ഷ്യമായിരുന്നു. നിരുത്തരവാദിത്തപരമായ തോതിൽ എത്രയെങ്കിലും, സ്ത്രീകളെ

എപ്പോൾ വേണമെങ്കിലും സ്വന്തമാക്കി, വേണ്ടെന്നുതോന്നുമ്പോൾ ഉപേക്ഷിക്കാനുള്ള സ്വാതന്ത്ര്യം. കയ്യാളിയായിരുന്ന അറബ് പുരുഷന്മാർക്കു ഖുർ-ആൻ ഇതു സംബന്ധിച്ചു നൽകുന്ന നിർദേശങ്ങൾ നീതിനിഷ്ഠമായ ഒരു സാമൂഹ്യജീവിതത്തിനുള്ള മാർഗനിർദേശങ്ങളായി ഭവിക്കുകയായിരുന്നു.

രണ്ടാമതായി, ബഹുഭാര്യാത്വം അനുവദിച്ചിരിക്കുന്ന ഖുർ-ആനി (4:3) ലെ പ്രസ്താവനയുടെ തൊട്ടുമുമ്പ് പറയുന്ന (4:1) ഭാഗം സ്ത്രീക്കും പുരുഷനും, സ്രഷ്ടാവിന്റെ മുമ്പിലുള്ള തുല്യതയെക്കുറിച്ച് ഊന്നിപ്പറയുന്നു. ഖുർ-ആൻ (4:2) ൽ അനാഥർക്കും വിധവകൾക്കും നീതിലഭിക്കേണ്ടതിനെക്കുറിച്ചും പ്രസ്താവിക്കുന്നു. ഇതുപ്രകാരം, ബഹുഭാര്യാത്വം പുലർത്തുന്നവർ വിധവകളെയോ അനാഥരെയോ, വിവാഹം ചെയ്യേണ്ടതാണെന്നും വരുന്നു. അതുപോലെതന്നെ, വിവാഹം ചെയ്യുന്ന എല്ലാ ഭാര്യമാർക്കും, തുല്യനീതി ലഭ്യമാക്കുവാനുള്ള ഉത്തരവാദിത്വവും ഭർത്താക്കന്മാരിൽ നിക്ഷിപ്തമാണ്. ഇതിനുകഴിയത്തവർ ഒരു സ്ത്രീയെ മാത്രമേ സ്വീകരിക്കാൻ പാടുള്ളൂ എന്ന് ഖുർ-ആൻ പ്രത്യേകം നിർദേശിക്കുന്നു.

ബഹുഭാര്യാത്വത്തെ ഇത്രമാത്രം ഉപാധികൾക്കു വിധേയമാക്കിയ ഒരു നിയമവ്യവസ്ഥ ലോകത്താദ്യമായിട്ടാണ് നടപ്പിലാക്കപ്പെട്ടത്. മൂന്നാമതായി, (4:129)ൽ ഇത്രയും കൂടി പറയുന്നു: നിങ്ങളെത്ര ശ്രമിച്ചാലും ഭാര്യമാരുടെ ഇടയിൽ തുല്യനീതി പുലർത്തുക സാധ്യമല്ലെന്നും, പറഞ്ഞിരിക്കുന്നു. (4:23), (4,129) ഈ വാക്യങ്ങൾ ഒരുമിച്ചു വെച്ചുവായിച്ചാൽ ബഹുഭാര്യാത്വം എന്നത് അനുവദനീയമായ ഒരു തിന്മ എന്ന നിലയിലാണ് ഖുർ-ആൻ ചിത്രീകരിച്ചിരിക്കുന്നത് എന്നും കാണാൻ കഴിയും. എന്നാൽ പിൽക്കാല നിയമനിർമാതാക്കളാകട്ടെ ഈ രണ്ടുവാക്യങ്ങളെ ഒരുമിച്ചുവായിക്കാതെ അവയെ പരസ്പരം, വിഛേദിച്ചുനിർത്തുന്നു. ബഹുഭാര്യാത്വം, പുരുഷാധിപത്യസമൂഹത്തിന്റെ താൽപ്പര്യപ്രകാരം, നടപ്പിലാക്കുന്നതിനായി ഹദീസ്സുകളുടെ കൂട്ടുപിടിക്കുന്നു. ഇന്നത്തെ സാമൂഹ്യചുറ്റുപാടുകൾ വെച്ചുനോക്കുമ്പോൾ ബഹുഭാര്യാത്വം എന്നത് നിരോധിക്കുകതന്നെ വേണം. അതാണ് ഖുർ-ആന്റെ സത്ത നമ്മോടാവശ്യപ്പെടുന്നത്, ഖുർ-ആൻ എന്തുദ്ദേശ്യത്തോടെയാണോ ബഹുഭാര്യാത്വം അനുവദിച്ചത്. ആ ഉദ്ദേശ്യം നടപ്പിലാക്കുവാൻ, ഇന്നുവേണ്ടത് ബഹുഭാര്യാത്വം വിലക്കുകയാണ്. പുരുഷന്മാർ സ്ത്രീകളെ അപേക്ഷിച്ചു കൂടുതൽ ലൈംഗിക താൽപ്പര്യമുള്ളവരാണ് എന്നും സ്ത്രീകൾ കൂടുതലും പുരുഷന്മാർ കുറവും ആയ സമൂഹത്തിൽ ബഹുഭാര്യത്വം- ലൈംഗിക ധാർമികതയെ നിലനിറുത്തുവാനാവശ്യമാണ് എന്നിങ്ങനെ ബഹുഭാര്യാത്വത്തിന് അനുകൂലമായി പറഞ്ഞുകേൾക്കുന്ന കാര്യങ്ങളത്രയും മാനുഷികമായ കപടയുക്തികളാണ്. ഖുർ-ആൻ ഉയർത്തിപ്പിടിക്കുന്ന ദൈവിക വെളിപ്പെടുത്തലുകൾക്ക് ഈ വ്യാജയുക്തികളുമായി പൊരുത്തം ഇല്ല.

ഖുർ-ആൻ സ്ത്രീകൾക്ക് കൂടുതൽ സ്വാതന്ത്ര്യങ്ങളും അവകാശങ്ങളും അനുവദിച്ചു നൽകുകയാണ് ചെയ്തത്. പൂർവിക സമൂഹങ്ങളിൽ സ്ത്രീയെ ആർക്കും എപ്പോൾ വേണമെങ്കിലും നിരുപാധികം ഉപേക്ഷിക്കുകയും അടിമയാക്കി വയ്ക്കുകയോ ഒക്കെ ചെയ്യാമായിരുന്നു. ഭാര്യയുടെ കാര്യത്തിൽ ഭർത്താവു കൈയാളിയിരുന്ന സ്വാതന്ത്ര്യം ഭർത്താവിന്റെ കാര്യത്തിൽ ഭാര്യയ്ക്കു ലഭിച്ചിരുന്നില്ല. പ്രവാചകൻ ജമീല എന്ന ഒരു സ്ത്രീക്കു അവൾ ഇഷ്ടപ്പെടാത്ത ഭർത്താവിനെ വിട്ടുപോകുവാൻ അനുവാദം നൽകുന്നുണ്ട്. ഉചിതമായ പ്രതിഫലം ഇത്തരം ഘട്ടത്തിൽ സ്ത്രീ പുരുഷന് നൽകണമെന്നാണ് ഖുർ-ആൻ വ്യവസ്ഥ ചെയ്തിരിക്കുന്നത്.(2:229)ഖുർ-ആൻ (4:35) ഭാര്യാഭർത്താക്കന്മാർ തമ്മിലുള്ള ദാമ്പത്യ തർക്കങ്ങൾക്കു പരിഹാരം, കാണാൻ മധ്യസ്ഥന്മാരെ നിയോഗിക്കുവാൻ നിർദേശിക്കുന്നു. ഈ സ്വാതന്ത്ര്യം ഭാര്യയ്ക്കു ഭർത്താവിനെതിരേയും പ്രയോഗിക്കാവുന്നതാണ്. ഇതുകൂടാതെ, സ്ത്രീക്കു മാന്യമായ സംരക്ഷണം നൽകാനുള്ള ചുമതലയും ഖുർ-ആൻ പുരുഷനെ ഭാരമേൽപ്പിച്ചിരിക്കുന്നു. ഖുർ-ആൻ (4:19) സ്ത്രീയുടെ ഇച്ഛക്കു വിരുദ്ധമായി അവളെ ഭാര്യയാക്കുന്നതിൽ നിന്നു ഖുർ-ആൻ പുരുഷനെ തടയുന്നു.

പിതൃസ്വത്തിൽ പുത്രനവകാശപ്പെട്ടതിന്റെ പകുതിക്കുമാത്രമേ പുത്രിക്കവകാശമുള്ളൂ എന്ന ഖുർ-ആൻ വ്യവസ്ഥയുടെ വെളിച്ചത്തിൽ ചിലർ വാദിക്കുന്നത് ഖുർ-ആൻ സ്ത്രീ സന്താനങ്ങളേക്കാൾ പുരുഷ സന്താനങ്ങൾക്കു പ്രാധാന്യം കൽപ്പിച്ചിരിക്കുന്നു എന്നാണ്. (ഖുർ-ആൻ 4:11) ഇതിനെ അടിസ്ഥാനപ്പെടുത്തി പല ആധുനികന്മാരും ഖുർ-ആനിൽ സ്ത്രീവിരുദ്ധത ആരോപിക്കുന്നുണ്ട്.

ഇസ്ലാമിക പൂർവ സമൂഹത്തിന്റെ ചിട്ടവട്ടങ്ങളെക്കുറിച്ചുള്ള ധാരണപ്പിശകാണ് ഈ ആരോപണത്തിനു പിന്നിലുള്ളത്. അന്നാകട്ടെ സ്ത്രീക്കു പിതൃസ്വത്തിൽ യാതൊരവകാശവും ഇല്ലായിരുന്നു. ഒരു പരിഷ്ക്കാരത്തിന്റെ തുടക്കം എന്ന നിലയിൽ വേണം സ്ത്രീകളുടെ സ്വത്തവകാശം സംബന്ധിച്ച് ഖുർ-ആൻ നിർദേശത്തെ കാണാൻ. ഈ വിവേചനത്തിനു മറ്റൊരു ന്യായീകരണം ചിലർ കാണുന്നത് അന്നത്തെ വിവാഹവ്യവസ്ഥയോടു ബന്ധപ്പെടുത്തിയാണ്. അന്ന് വിവാഹാവസരത്തിൽ പുരുഷൻ സ്ത്രീക്ക് മഹർ അഥവാ സ്ത്രീക്കുള്ള പ്രതിഫലം നൽകണമായിരുന്നു. അതുപോലെ വിവാഹാനന്തരം, സ്ത്രീയെ സംരക്ഷിക്കേണ്ട ബാധ്യതയും, പുരുഷനായിരുന്നു. എന്നാൽ ഇന്നതല്ല സ്ഥിതി. അപ്പോൾ പിന്തുടർച്ചാവകാശത്തിൽ പുരുഷസന്താനങ്ങളോടും സ്ത്രീ സന്താനങ്ങളോടും, തുല്യനീതി പുലർത്തുന്നതായിരിക്കും, ഖുർ-ആന്റെ ഉദ്ദേശ്യലക്ഷ്യങ്ങൾക്കു നിരക്കുന്ന നടപടി.

സ്ത്രീകളെ സംബന്ധിച്ച ഖുർ-ആൻ പരാമർശങ്ങളിൽ ഇന്നും സജീവമായി തുടരുന്ന ഒരു തർക്കവിഷയമാണ് സ്ത്രീകൾ മൂടുപടം ധരിക്കണമോ എന്നത്. സ്ത്രീകൾ തങ്ങളുടെ മുഖം മറയ്ക്കുന്ന തര

ത്തിൽ വസ്ത്രം ധരിക്കണമെന്ന് ഖുർ–ആനിൽ എവിടെയും യാതൊരു നിർദേശവുമില്ല. ഖുർ–ആൻ (24:33) ൽ പറയുന്നതാകട്ടെ, സ്ത്രീകൾ തങ്ങളുടെ ശരീരസൗന്ദര്യം പരസ്യമായി പ്രദർശിപ്പിക്കരുതെന്നുമാത്രമാണ്. പല ഗോത്രവർഗ സമൂഹങ്ങളിലും, ഇന്നും, സ്ത്രീകൾ മാറുമറയ്ക്കുന്ന ഏർപ്പാടില്ല. ഇതു ലൈംഗികമായ പല അച്ചടക്കലംഘനങ്ങൾക്കും കാരണമായേക്കാം എന്നതിനാൽ പരിഷ്കൃതസമൂഹങ്ങളിലെ സ്ത്രീകൾ മാറുമറച്ചു വേഷം ധരിക്കുന്നു. ഇതുസംബന്ധിച്ചുള്ള ഖുർ–ആൻ നിർദേശത്തെയാണ് സ്ത്രീകൾ സ്വശരീരത്തെ പർദയ്ക്കുള്ളിൽ സൂക്ഷിക്കണമെന്ന വിശദീകരണമായി ചില യാഥാസ്ഥിതിക വിഭാഗങ്ങൾ വലിച്ചുനീട്ടിയത്.

ഖുർ–ആൻ വസ്ത്രധാരണത്തിലും മറ്റും നൽകുന്ന മാർഗനിർദേശങ്ങളുടെ ഉദ്ദേശ്യലക്ഷ്യങ്ങൾ പരിഗണിക്കുക എന്നതാണ് ഇത്തരം വലിച്ചുനീട്ടലുകളേക്കാൾ പ്രധാനം. കുത്തഴിഞ്ഞ ലൈംഗികബന്ധങ്ങളെ ഖുർ–ആൻ നിരുത്സാഹപ്പെടുത്തുന്നു. തെറ്റായ ഉദ്ദേശ്യത്തോടെ, പുരുഷന്മാരുടെ മുമ്പിൽ പ്രദർശനവസ്തുക്കളാകുന്നതും ശരിയല്ലെന്നു ഖുർ–ആൻ സമർഥിക്കുന്നു. ലൈംഗിക ഉത്തേജനം ജനിപ്പിക്കുന്ന തരത്തിലുള്ള വസ്ത്രധാരണ സമ്പ്രദായങ്ങളിൽ നിന്നു ഖുർ–ആൻ സ്ത്രീകളെ മാത്രമല്ല പുരുഷന്മാരേയും വിലക്കുന്നുണ്ട്. സ്ത്രീകൾ വീടുകളിൽ മാത്രമായി അടങ്ങി ഒതുങ്ങിക്കൂടിക്കൊള്ളണമെന്നവാദവും ഖുർ–ആൻ സന്ദേശത്തിനു വിരുദ്ധമാണ്. സ്ത്രീകൾ ജോലി ചെയ്യുന്നതിനെയോ, സ്വത്തു സമ്പാദിക്കുന്നതിനെയോ, ഖുർ–ആൻ വിലക്കിയിട്ടില്ല.

ചുരുക്കത്തിൽ ഖുർ–ആൻ ഉയർത്തിപ്പിടിക്കുന്ന ഉദ്ദേശ്യലക്ഷ്യത്തിനനുസരിച്ച് അതു സ്ത്രീകൾക്കും പുരുഷന്മാർക്കും തുല്യഅളവിലുള്ള സ്വാതന്ത്ര്യവും അവകാശങ്ങളും, അനുവദിക്കുന്നു. മുസ്ലീം സമുദായങ്ങളിൽ സ്ത്രീകളെ അടിച്ചമർത്താനും, അവർക്കെതിരായി അനീതിപ്രവർത്തിക്കാനും, സഹായകമായ തരത്തിൽ ചില ഖുർ–ആൻ പരാമർശങ്ങളെ ചിലർ ദുർവ്യാഖ്യാനം ചെയ്തുകൊണ്ടിരിക്കുന്നു എന്നതു വലിയ കഷ്ടമാണ്. ഇത്തരം അനീതികൾ മുഖ്യമായും ചില നാടുകളിൽ നിലവിലിരുന്ന സാംസ്കാരിക പാരമ്പര്യങ്ങളുടെ അനന്തരഫലംകൂടി ആയിരുന്നു. ഇതു മനസിലാക്കാതെ, ഇതിന്റെ ഉത്തരവാദിത്വം ഖുർ–ആനിൽ കെട്ടിവയ്ക്കുകയാണ് ഈ തെറ്റായ വ്യാഖ്യാനങ്ങൾ നിറവേറ്റിയ ദൗത്യം. ഇത്തരം പ്രതിലോമ വ്യാഖ്യാനങ്ങളുടെ പിടിയിൽനിന്നും പരിശുദ്ധ ഖുർ–ആനെ മോചിപ്പിച്ച് കാലോചിതമായ തരത്തിലുള്ള ഒരു പുനർ വായനയ്ക്കു ഖുർ–ആനെ വിധേയമാക്കുക എന്നത് ഈ കാലഘട്ടത്തിന്റെ ആവശ്യമാണ്.

www.ingramcontent.com/pod-product-compliance
Lightning Source LLC
LaVergne TN
LVHW040822051026
849519LV00007BA/2715
* 9 7 8 9 3 8 3 1 5 5 7 0 5 *